English / Vietnamese

Anh ngữ / Việt ngữ

THE OXFORD

Picture Dictionary

NORMA SHAPIRO AND JAYME ADELSON-GOLDSTEIN

Translated by Techno-Graphics & Translations, Inc.

Oxford University Press

Oxford University Press
198 Madison Avenue, New York, NY 10016 USA
Great Clarendon Street, Oxford OX2 6DP English

Oxford New York
Auckland Bangkok Buenos Aires Cape Town Chennai
Dar es Salaam Delhi Hong Kong Istanbul Karachi Kolkata
Kuala Lumpur Madrid Melbourne Mexico City Mumbai
Nairobi São Paulo Shanghai Taipei Tokyo Toronto

OXFORD is a trademark of Oxford University Press.

Copyright © 1998 Oxford University Press

Library of Congress Cataloging-in-Publication Data

Shapiro, Norma.
    Oxford picture dictionary : English / Vietnamese /
Norma Shapiro and Jayme Adelson-Goldstein; translation
by Techno-Graphics and Translations.
        p.   cm.
    Includes bibliographical references (p.   ) and index.
    ISBN 0-19-435203-X
    1. Picture dictionaries, Vietnamese. 2. Picture dictionaries,
    English. 3. Vietnamese language—Dictionaries—English.
    4. English language—Dictionaries—Vietnamese.
I. Adelson-Goldstein, Jayme.   II. Title.
PL4378.S5   1998
423'.9592—dc21   97-50624

No unauthorized photocopying.

Translation reviewed by Dr. Lee Pham and Le Manh Guong
Editorial Manager: Susan Lanzano
Senior Editor: Eliza Jensen
Senior Production Editor: Pat O'Neill
Art Director: Lynn Luchetti
Senior Designer: Susan P. Brorein
Art Buyer: Tracy A. Hammond
Cover Design Production: Brett Sonnenschein
Production Manager: Abram Hall
Production Controller: Georgiann Baran
Pronunciation Editor: Sharon Goldstein
Production Services by: Techno-Graphics and Translations, Inc.
Cover design by Silver Editions

Printing (last digit): 10 9 8 7

Printed in China

Illustrations by: David Aikins, Doug Archer, Craig Attebery,
Garin Baker, Sally Bensusen, Eliot Bergman, Mark Bischel, Dan
Brown / Artworks NY, Roy Douglas Buchman, George Burgos /
Larry Dodge, Carl Cassler, Mary Chandler, Robert Crawford, Jim
DeLapine, Judy Francis, Graphic Chart and Map Co., Dale
Gustafson, Biruta Akerbergs Hansen, Marcia Hartsock, C.M.I.,
David Hildebrand, The Ivy League of Artists, Inc. / Judy
Degraffenreid, The Ivy League of Artists, Inc. / Tom Powers, The
Ivy League of Artists, Inc. / John Rice, Pam Johnson, Ed
Kurtzman, Narda Lebo, Scott A. MacNeill / MACNEILL &
MACINTOSH, Andy Lendway / Deborah Wolfe Ltd., Jeffrey
Mangiat, Suzanne Mogensen, Mohammad Mansoor, Tom
Newsom, Melodye Benson Rosales, Stacey Schuett, Rob
Schuster, James Seward, Larry Taugher, Bill Thomson, Anna
Veltfort, Nina Wallace, Wendy Wassink-Ackison, Michael
Wepplo, Don Wieland
Thanks to Mike Mikos for his preliminary architectural sketches
of several pieces.

References
Boyer, Paul S., Clifford E. Clark, Jr., Joseph F. Kett, Thomas L.
Purvis, Harvard Sitkoff, Nancy Woloch *The Enduring Vision: A
History of the American People,* Lexington, Massachusetts:
D.C. Heath and Co., 1990.

Grun, Bernard, *The Timetables of History: A Horizontal Linkage
of People and Events,* (based on Werner Stein's Kulturfahrplan)
New York: A Touchstone Book, Simon and Schuster, 1946,
1963, 1975, 1979.

Statistical Abstract of the United States: 1996, 116th Edition,
Washington, DC: US Bureau of the Census, 1996.

The World Book Encyclopedia, Chicago: World Book Inc., a
Scott Fetzer Co., 1988 Edition.

Toff, Nancy, Editor-in-Chief, *The People of North America*
(Series), New York: Chelsea House Publishers, Main Line
Books, 1988.

Trager, James, *The People's Chronology, A Year-by-Year Record
of Human Events from Prehistory to the Present,* New York:
Henry Holt Reference Book, 1992.

Acknowledgments

The publisher and authors would like to thank the following people for reviewing the manuscript and/or participating in focus groups as the book was being developed:

Ana Maria Aguilera, Lubie Alatriste, Ann Albarelli, Margaret Albers, Sherry Allen, Fiona Armstrong, Ted Auerbach, Steve Austen, Jean Barlow, Sally Bates, Sharon Batson, Myra Baum, Mary Beauparlant, Gretchen Bitterlin, Margrajean Bonilla, Mike Bostwick, Shirley Brod, Lihn Brown, Trish Brys-Overeem, Lynn Bundy, Chris Bunn, Carol Carvel, Leslie Crucil, Robert Denheim, Joshua Denk, Kay Devonshire, Thomas Dougherty, Gudrun Draper, Sara Fisen, Lynda Elkins, Ed Ende, Michele Epstein, Beth Fatemi, Andra R. Fawcett, Alice Fiedler, Harriet Fisher, James Fitzgerald, Mary Fitzsimmons, Scott Ford, Barbara Gaines, Elizabeth Garcia Grenados, Maria T. Gerdes, Penny Giacalone, Elliott Glazer, Jill Gluck de la Llata, Javier Gomez, Pura Gonzales, Carole Goodman, Joyce Grabowski, Maggie Grennan, Joanie Griffin, Sally Hansen, Fotini Haritos, Alice Hartley, Fernando Herrera, Ann Hillborn, Mary Hopkins, Lori Howard, Leann Howard, Pamela Howard, Rebecca Hubner, Jan Jarrell, Vicki Johnson, Michele Kagan, Nanette Kafka, Gena Katsaros, Evelyn Kay, Greg Keech, Cliff Ker, Gwen Kerner-Mayer, Marilou Kessler, Patty King, Linda Kiperman, Joyce Klapp, Susan Knutson, Sandy Kobrine, Marinna Kolaitis, Donna Korol, Lorraine Krampe, Karen Kuser, Andrea Lang, Nancy Lebow, Tay Lesley, Gale Lichter, Sandie Linn, Rosario Lorenzano, Louise Louie, Cheryl Lucas, Ronna Magy, Juanita Maltese, Mary Marquardsen, Carmen Marques Rivera, Susan McDowell, Alma McGee, Jerry McLeroy, Kevin McLure, Joan Meier, Patsy Mills, Judy Montague, Vicki Moore, Eneida Morales, Glenn Nadelbach, Elizabeth Neblett, Kathleen Newton, Yvonne Nishio, Afra Nobay, Rosa Elena Ochoa, Jean Owensby, Jim Park, John Perkins, Jane Pers, Laura Peskin, Maria Pick, Percy Pleasant, Selma Porter, Kathy Quinones, Susan Ritter, Martha Robledo, Maureen Rooney, Jean Rose, David Ross, Julietta Ruppert, Lorraine Ruston, Susan Ryan, Frederico Salas, Leslie Salmon, Jim Sandifer, Linda Sasser, Lisa Schreiber, Mary Segovia, Abe Shames, Debra Shaw, Stephanie Shipp, Pat Singh, Mary Sklavos, Donna Stark, Claire Cocoran Stehling, Lynn Sweeden, Joy Tesh, Sue Thompson, Christine Tierney, Laura Topete, Carmen Villanueva, Laura Webber, Renée Weiss, Beth Winningham, Cindy Wislofsky, Judy Wood, Paula Yerman.

A special thanks to Marna Shulberg and the students of the Saticoy Branch of Van Nuys Community Adult School.

We would also like to thank the following individuals and organizations who provided their expertise:

Carl Abato, Alan Goldman, Dr. Larry Falk, Caroll Gray, Henry Haskell, Susan Haskell, Los Angeles Fire Department, Malcolm Loeb, Barbara Lozano, Lorne Dubin, United Farm Workers.

Authors' Acknowledgments

Throughout our careers as English language teachers, we have found inspiration in many places—in the classroom with our remarkable students, at schools, conferences, and workshops with our fellow teachers, and with our colleagues at the ESL Teacher Institute. We are grateful to be part of this international community.

We would like to sincerely thank and acknowledge Eliza Jensen, the project's Senior Editor. Without Eliza, this book would not have been possible. Her indomitable spirit, commitment to clarity, and unwavering advocacy allowed us to realize the book we envisioned.

Creating this dictionary was a collaborative effort and it has been our privilege to work with an exceptionally talented group of individuals who, along with Eliza Jensen, make up the Oxford Picture Dictionary team. We deeply appreciate the contributions of the following people:

Lynn Luchetti, Art Director, whose aesthetic sense and sensibility guided the art direction of this book,

Susan Brorein, Senior Designer, who carefully considered the design of each and every page,

Klaus Jekeli, Production Editor, who pored over both manuscript and art to ensure consistency and accuracy, and

Tracy Hammond, Art Buyer, who skillfully managed thousands of pieces of art and reference material.

We also want to thank Susan Mazer, the talented artist who was by our side for the initial problem-solving and Mary Chandler who also lent her expertise to the project.

We have learned much working with Marjorie Fuchs, Lori Howard, and Renée Weiss, authors of the dictionary's ancillary materials. We thank them for their on-going contributions to the dictionary program.

We must make special mention of Susan Lanzano, Editorial Manager, whose invaluable advice, insights, and queries were an integral part of the writing process.

This book is dedicated to my husband, Neil Reichline, who has encouraged me to take the road less traveled, and to my sons, Eli and Alex, who have allowed me to sit at their baseball games with my yellow notepad. —NS

This book is lovingly dedicated to my husband, Gary and my daughter, Emily Rose, both of whom hugged me tight and let me work into the night. —JAG

A Letter to the Teacher

Welcome to The Oxford Picture Dictionary.

This comprehensive vocabulary resource provides you and your students with over 3,700 words, each defined by engaging art and presented in a meaningful context. *The Oxford Picture Dictionary* enables your students to learn and use English in all aspects of their daily lives. The 140 key topics cover home and family, the workplace, the community, health care, and academic studies. The topics are organized into 12 thematic units that are based on the curriculum of beginning and low-intermediate level English language coursework. The word lists of the dictionary include both single word entries and verb phrases. Many of the prepositions and adjectives are presented in phrases as well, demonstrating the natural use of words in conjunction with one another.

The Oxford Picture Dictionary uses a variety of visual formats, each suited to the topic being represented. Where appropriate, word lists are categorized and pages are divided into sections, allowing you to focus your students' attention on one aspect of a topic at a time.

Within the word lists:

- nouns, adjectives, prepositions, and adverbs are numbered,

- verbs are bolded and identified by letters, and

- targeted prepositions and adjectives within phrases are bolded.

The dictionary includes a variety of exercises and self-access tools that will guide your students toward accurate and fluent use of the new words.

- Exercises at the bottom of the pages provide vocabulary development through pattern practice, application of the new language to other topics, and personalization questions.

- An alphabetical index assists students in locating all words and topics in the dictionary.

- A phonetic listing for each word in the index and a pronunciation guide give students the key to accurate pronunciation.

- A verb index of all the verbs presented in the dictionary provides students with information on the present, past, and past participle forms of the verbs.

The Oxford Picture Dictionary is the core of *The Oxford Picture Dictionary Program* which includes a *Dictionary Cassette,* a *Teacher's Book* and its companion *Focused Listening Cassette, Beginning* and *Intermediate Workbooks, Classic Classroom Activities* (a photocopiable activity book), *Overhead Transparencies,* and *Read All About It 1* and *2.* Bilingual editions of *The Oxford Picture Dictionary* are available in Spanish, Chinese, Vietnamese, and many other languages.

TEACHING THE VOCABULARY

Your students' needs and your own teaching philosophy will dictate how you use *The Oxford Picture Dictionary* with your students. The following general guidelines, however, may help you adapt the dictionary's pages to your particular course and students. (For topic-specific, step-by-step guidelines and activities for presenting and practicing the vocabulary on each dictionary page see the *Oxford Picture Dictionary Teacher's Book.*)

Preview the topic

A good way to begin any lesson is to talk with students to determine what they already know about the topic. Some different ways to do this are:

- Ask general questions related to the topic;

- Have students brainstorm a list of words they know from the topic; or

- Ask questions about the picture(s) on the page.

Present the vocabulary

Once you've discovered which words your students already know, you are ready to focus on presenting the words they need. Introducing 10–15 new words in a lesson allows students to really learn the new words. On pages where the word lists are longer, and students are unfamiliar with many of the words, you may wish to introduce the words by categories or sections, or simply choose the words you want in the lesson.

Here are four different presentation techniques. The techniques you choose will depend on the topic being studied and the level of your students.

- Say each new word and describe or define it within the context of the picture.

- Demonstrate verbs or verb sequences for the students, and have volunteers demonstrate the actions as you say them.

- Use Total Physical Response commands to build comprehension of the vocabulary: *Put the pencil on your book. Put it on your notebook. Put it on your desk.*

- Ask a series of questions to build comprehension and give students an opportunity to say the new words:

► Begin with *yes/no* questions. *Is #16 chalk?* (yes)

► Progress to *or* questions. *Is #16 chalk or a marker?* (chalk)

► Finally ask *Wh* questions.

   What can I use to write on this paper? (a marker/ Use a marker.)

Check comprehension

Before moving on to the practice stage, it is helpful to be sure all students understand the target vocabulary. There are many different things you can do to check students' understanding. Here are two activities to try:

• Tell students to open their books and point to the items they hear you say. Call out target vocabulary at random as you walk around the room checking to see if students are pointing to the correct pictures.

• Make true/false statements about the target vocabulary. Have students hold up two fingers for true, three fingers for false. *You can write with a marker.* [two fingers] *You raise your notebook to talk to the teacher.* [three fingers]

Take a moment to review any words with which students are having difficulty before beginning the practice activities.

Practice the vocabulary

Guided practice activities give your students an opportunity to use the new vocabulary in meaningful communication. The exercises at the bottom of the pages are one source of guided practice activities.

• **Talk about...** This activity gives students an opportunity to practice the target vocabulary through sentence substitutions with meaningful topics.

   e.g. **Talk about your feelings.**

   I feel <u>happy</u> when I see my friends.

• **Practice...** This activity gives students practice using the vocabulary within common conversational functions such as making introductions, ordering food, making requests, etc.

   e.g. **Practice asking for things in the dining room.**

   Please pass <u>the platter</u>.

   May I have <u>the creamer</u>?

   Could I have <u>a fork</u>, please?

• **Use the new language.** This activity asks students to brainstorm words within various categories, or may

ask them to apply what they have learned to another topic in the dictionary. For example, on *Colors*, page 12, students are asked to look at *Clothing I*, pages 64–65, and name the colors of the clothing they see.

• **Share your answers.** These questions provide students with an opportunity to expand their use of the target vocabulary in personalized discussion. Students can ask and answer these questions in whole class discussions, pair or group work, or they can write the answers as journal entries.

Further guided and communicative practice can be found in the *Oxford Picture Dictionary Teacher's Book* and in *Classic Classroom Activities*. The *Oxford Picture Dictionary Beginning* and *Intermediate Workbooks* and *Read All About It 1* and *2* provide your students with controlled and communicative reading and writing practice.

We encourage you to adapt the materials to suit the needs of your classes, and we welcome your comments and ideas. Write to us at:

Oxford University Press
ESL Department
198 Madison Avenue
New York, NY 10016

Jayme Adelson-Goldstein

Norma Shapiro

A Letter to the Student

Dear Student of English,

Welcome to *The Oxford Picture Dictionary*. The more than 3,700 words in this book will help you as you study English.

Each page in this dictionary teaches about a specific topic. The topics are grouped together in units. All pages in a unit have the same color and symbol. For example, each page in the Food unit has this symbol:

On each page you will see pictures and words. The pictures have numbers or letters that match the numbers or letters in the word lists. Verbs (action words) are identified by letters and all other words are identified by numbers.

How to find words in this book

- Use the Table of Contents, pages ix–xi.
  Look up the general topic you want to learn about.

- Use the Index, pages 173–205.
  Look up individual words in alphabetical (A–Z) order.

- Go topic by topic.
  Look through the book until you find something that interests you.

How to use the Index

When you look for a word in the index this is what you will see:

the word   the number (or letter) in the word list

apples [ăp/əlz] **50**–4

the pronunciation   the page number

If the word is on one of the maps, pages 122–125, you will find it in the Geographical Index on pages 206–208.

How to use the Verb Guide

When you want to know the past form of a verb or its past participle form, look up the verb in the verb guide. The regular verbs and their spelling changes are listed on pages 170–171. The simple form, past form, and past participle form of irregular verbs are listed on page 172.

Workbooks

There are two workbooks to help you practice the new words:
The Oxford Picture Dictionary Beginning and *Intermediate Workbooks.*

As authors and teachers we both know how difficult English can be (and we're native speakers!). When we wrote this book, we asked teachers and students from the U.S. and other countries for their help and ideas. We hope their ideas and ours will help you. Please write to us with your comments or questions at:

Oxford University Press
ESL Department
198 Madison Avenue
New York, NY 10016

We wish you success!

Jayme Adelson-Goldstein   *Norma Shapiro*

Lá thư cho học sinh

Kính thưa quý vị học sinh đang học Anh ngữ,

Thành thật hoan nghênh quý vị đã đến với *The Oxford Picture Dictionary*. Hơn 3.700 chữ trong quyển sách này sẽ giúp quý vị trong thời gian quý vị đang học Anh ngữ.

Mỗi trang trong quyển tự điển này dạy về một đề tài nhất định. Các đề tài này lại được phối hợp vào một chủ đề chung. Tất cả các trang nằm trong chủ đề chung đều có màu sắc và dấu hiệu giống nhau. Ví dụ: mỗi trang trong chủ đề Thực-phẩm có cùng dấu hiệu:

Quý vị sẽ thấy hình và từ trong mỗi trang. Các hình đều có số hoặc mẫu tự ăn khớp với con số hoặc mẫu tự nằm trong bảng liệt kê chữ. Để nhằm mục đích phân biệt, các động từ (từ ngữ mô tả hành động) được nhận diện bằng mẫu tự và tất cả các từ khác được nhận diện bằng con số.

Cách tìm từ trong quyển sách này

- Dùng Mục Lục, trang ix–xi.
  Để tìm một đề tài tổng quát mà quý vị muốn hiểu biết thêm.

- Dùng Phụ Lục, trang 173–205.
  Để tìm một từ nào đó theo thứ tự từ A đến Z.

- Chuyển từ đề tài này qua đề tài khác.
  Để đọc qua quyển sách cho đến khi quý vị tìm thấy một đề tài hứng thú.

Cách dùng Phụ lục

Khi tìm một từ nào đó trong bảng phụ lục, quý vị sẽ thấy:

chữ   số (hoặc mẫu tự) trong bảng liệt kê chữ

apples [ăp/əlz] **50**–4

phiên âm   số trang

Nếu từ này nằm trong một bản đồ từ, trang 122–125, quý vị sẽ tìm thấy từ đó trong bảng Phụ Lục Địa Lý, trang 206–208.

Cách dùng bảng Hướng Dẫn Động Từ

Khi muốn biết thì quá khứ hoặc thì quá khứ phân từ của một động từ, quý vị hãy tìm động từ đó trong bảng hướng dẫn động từ. Các động từ thường và các hình thức thay đổi mặt chữ khi đánh vần của các từ này đều được liệt kê trong trang 170–171. Thì hiện tại, thì quá khứ, và thì quá khứ phân từ của các động từ bất thường đều được liệt kê trong trang 172.

Các Quyển Bài Tập

Nhằm mục đích giúp đỡ quý vị thực hành các từ mới, chúng tôi đã phát hành hai quyển bài tập: *The Oxford Picture Dictionary Beginning* và *Intermediate Workbooks*.

Là tác giả và giáo chức, chúng tôi đều trực nhận rằng Anh ngữ là một ngôn ngữ khó vô cùng (cho dù đó là tiếng mẹ để của chúng tôi!). Khi viết quyển sách này, chúng tôi đã đi hỏi các giáo chức và học sinh ở Hoa-Kỳ và các quốc gia khác để thâu nhận mọi hỗ trợ và ý kiến. Xin hãy thư về cho chúng tôi nếu quý vị có ý kiến hoặc thắc mắc ở địa chỉ:

Oxford University Press
ESL Department
198 Madison Avenue
New York, NY 10016

Chúc quý vị thành công!

Jayme Adelson-Goldstein   *Norma Shapiro*

Contents   Mục Lục

Contents   Mục Lục

1. chalkboard bảng	3. student học sinh	5. teacher giáo viên	7. chair/seat ghế
2. screen màn ảnh	4. overhead projector máy chiếu lên tường	6. desk bàn	

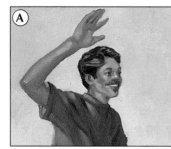   

A. Raise your hand.
Giơ tay lên.

B. Talk to the teacher.
Nói với giáo viên.

C. Listen to a cassette.
Nghe cát sét.

D. Stand up.
Đứng lên.

 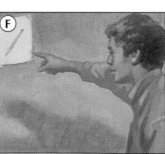  

E. Sit down./Take a seat.
Ngồi xuống.

F. Point to the picture.
Chỉ vào tranh (ảnh).

G. Write on the board.
Viết lên bảng.

H. Erase the board.
Xóa bảng.

I. Open your book.
Mở sách ra.

J. Close your book.
Gấp sách lại.

K. Take out your pencil.
Cầm bút chì lên.

L. Put away your pencil.
Bỏ bút chì xuống.

8. bookcase
kệ sách

9. globe
quả địa cầu

10. clock
đồng hồ

11. cassette player
máy cát-sét

12. map
bản đồ

13. pencil sharpener
máy gọt bút chì

14. bulletin board
bảng thông cáo / yết thị

15. computer
máy vi tính / máy điện
toán

16. chalk
phấn

17. chalkboard eraser
cái xóa bảng

18. pen
bút

19. marker
bút mầu

20. pencil
bút chì

21. pencil eraser
tẩy

22. textbook
sách

23. workbook
sách làm bài tập

24. binder / notebook
tập sách có 3 lỗ

25. notebook paper
trang giấy

26. spiral notebook
sách có gáy lò xo

27. ruler
thước

28. dictionary
tự điển

29. picture dictionary
tự điển hình

30. the alphabet
chữ cái

31. numbers
số

Use the new language.

1. Name three things you can open.

2. Name three things you can put away.

3. Name three things you can write with.

Share your answers.

1. Do you like to raise your hand?

2. Do you ever listen to cassettes in class?

3. Do you ever write on the board?

3

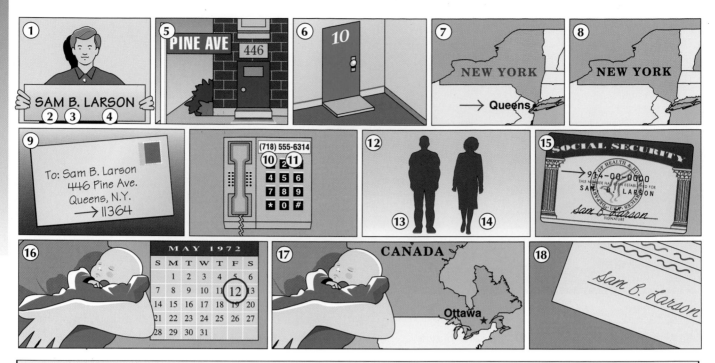

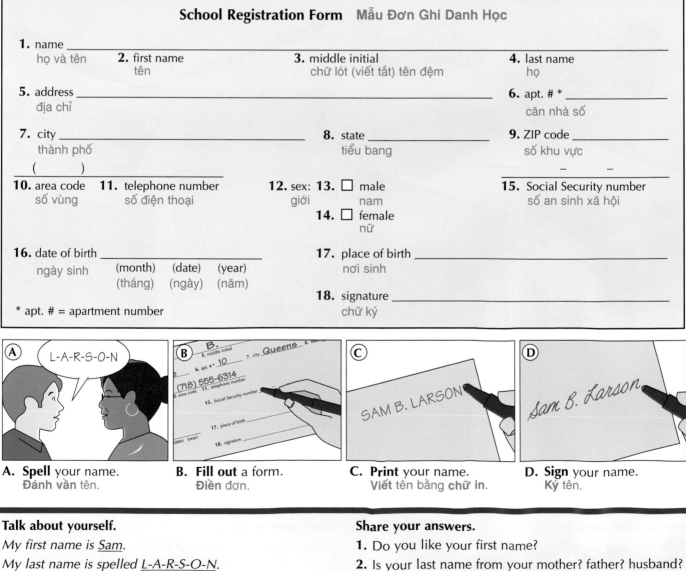

School Registration Form Mẫu Đơn Ghi Danh Học

1. name _____
   họ và tên   **2.** first name   **3.** middle initial   **4.** last name
                tên   chữ lót (viết tắt) tên đệm   họ

5. address _____   **6.** apt. # * _____
   địa chỉ   căn nhà số

7. city _____   **8.** state _____   **9.** ZIP code _____
   thành phố   tiểu bang   số khu vực

   (_____) _____   _____ – _____ – _____
   10. area code **11.** telephone number   **12.** sex: **13.** ☐ male   **15.** Social Security number
   số vùng   số điện thoại   giới   nam   số an sinh xã hội

                                                14. ☐ female
                                                         nữ

16. date of birth _____   **17.** place of birth _____
    ngày sinh   (month) (date) (year)   nơi sinh
                 (tháng) (ngày) (năm)

                                            18. signature _____
   * apt. # = apartment number   chữ ký

A. Spell your name.
Đánh vần tên.

B. Fill out a form.
Điền đơn.

C. Print your name.
Viết tên bằng **chữ in**.

D. Sign your name.
Ký tên.

Talk about yourself.

My first name is <u>Sam</u>.

My last name is spelled <u>L-A-R-S-O-N</u>.

I come from <u>Ottawa</u>.

Share your answers.

1. Do you like your first name?

2. Is your last name from your mother? father? husband?

3. What is your middle name?

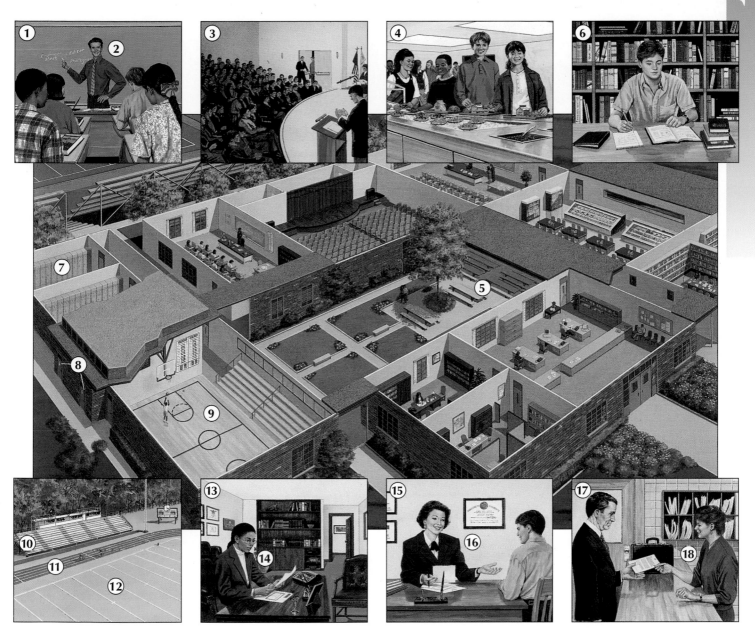

1. classroom
phòng học

2. teacher
giáo viên

3. auditorium
thính đường / giảng đường

4. cafeteria
phòng ăn

5. lunch benches
ghế dài để ngồi ăn trưa

6. library
thư viện

7. lockers
hộc để đồ

8. rest rooms
nhà vệ sinh

9. gym
phòng tập thể thao

10. bleachers
khán đài

11. track
sân điền kinh

12. field
sân

13. principal's office
văn phòng hiệu trưởng

14. principal
hiệu trưởng

15. counselor's office
phòng cố vấn

16. counselor
cố vấn viên

17. main office
văn phòng chính

18. clerk
thư ký

More vocabulary

instructor: teacher

coach: gym teacher

administrator: principal or other school supervisor

Share your answers.

1. Do you ever talk to the principal of your school?

2. Is there a place for you to eat at your school?

3. Does your school look the same as or different from the one in the picture?

5

Studying Học

Dictionary work Dùng tự điển

A. Look up a word.
Tìm một từ.

B. Read the word.
Đọc từ đó.

C. Say the word.
Đọc từ đó lên.

D. Repeat the word.
Lập lại từ đó.

E. Spell the word.
Đánh vần từ đó.

F. Copy the word.
Chép lại từ đó.

Work with a partner Làm việc với bạn

G. Ask a question.
Đặt câu hỏi.

H. Answer a question.
Trả lời câu hỏi.

I. Share a book.
Dùng **chung** quyển sách.

J. Help your partner.
Giúp bạn.

Work in a group Làm việc trong nhóm

K. Brainstorm a list.
Phác họa trong đầu một bản liệt kê.

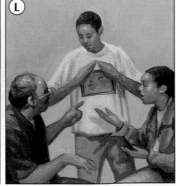

L. Discuss the list.
Thảo luận về bản liệt kê.

M. Draw a picture.
Vẽ hình.

N. Dictate a sentence.
Đọc lên một câu.

6

Class work   Làm bài

O. Pass out the papers.
Phát bài ra.

P. Talk with each other.
Nói chuyện với nhau.

Q. Collect the papers.
Thâu bài làm.

Follow directions   Theo hướng dẫn

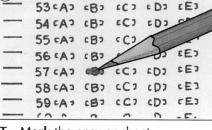

R. Fill in the blank.
Điền vào chỗ trống.

S. Circle the answer.
Khoanh câu trả lời.

T. Mark the answer sheet.
Đánh dấu vào trang trả lời.

U. Cross out the word.
Gạch bỏ chữ (đó).

V. Underline the word.
Gạch dưới chữ (đó).

W. Put the words **in order**.
Xếp các chữ **theo thứ tự**.

X. Match the items.
Ráp chữ/số **thích hợp**.

Y. Check your work.
Kiểm lại bài làm.

Z. Correct the mistake.
Sửa lỗi.

Share your answers.

1. Do you like to work in groups?

2. Do you like to share books?

3. Do you like to answer questions?

4. Is it easy for you to talk with your classmates?

5. Do you always check your work?

6. Do you cross out your mistakes or erase them?

A. greet someone
chào bạn

B. begin a conversation
bắt đầu cuộc đàm thoại

C. end the conversation
chấm dứt cuộc đàm thoại

D. introduce yourself
giới thiệu mình

E. make sure you **understand**
nghe lại cho kỹ

F. introduce your friend
giới thiệu bạn

G. compliment your friend
khen thưởng bạn

H. thank your friend
cám ơn bạn

I. apologize
xin lỗi

Practice introductions.

Hi, I'm Sam Jones and this is my friend, Pat Green.

Nice to meet you. I'm Tomas Garcia.

Practice giving compliments.

That's a great sweater, Tomas.

Thanks Pat. I like your shoes.

Look at **Clothing I**, pages **64–65** for more ideas.

1. telephone/phone
   điện thoại
2. receiver
   ống nghe
3. cord
   dây
4. local call
   gọi gần
5. long-distance call
   gọi xa
6. international call
   gọi đi nước ngoài
7. operator
   nhân viên tổng đài
8. directory assistance (411)
   số (411) giúp đỡ tìm điện thoại
9. emergency service (911)
   dịch vụ khẩn cấp
10. phone card
    thẻ điện thoại
11. pay phone
    điện thoại công cộng
12. cordless phone
    điện thoại không giây
13. cellular phone
    điện thoại cầm tay
14. answering machine
    máy trả lời điện thoại
15. telephone book
    cuốn niên giám điện thoại
16. pager
    máy báo số điện thoại

Using a pay phone   Xử dụng điện thoại công cộng

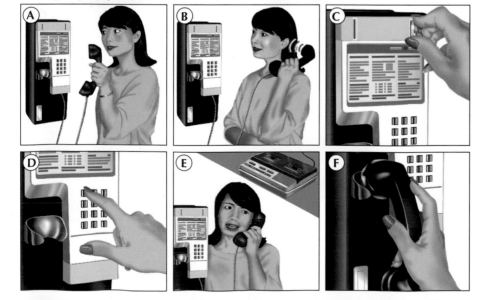

A. **Pick up** the receiver.
   Nhấc ống nghe **lên**.
B. **Listen** for the dial tone.
   Nghe tiếng máy.
C. **Deposit** coins.
   Bỏ tiền vào **máy**.

D. **Dial** the number.
   Bấm số điện thoại.
E. **Leave** a message.
   Để tin nhắn **lại**.
F. **Hang up** the receiver.
   Gác máy.

More vocabulary

When you get a person or place that you didn't want to call, we say you have the **wrong number**.

Share your answers.

1. What kinds of calls do you make?
2. How much does it cost to call your country?
3. Do you like to talk on the telephone?

Weather   Thời Tiết

Temperature
Nhiệt độ

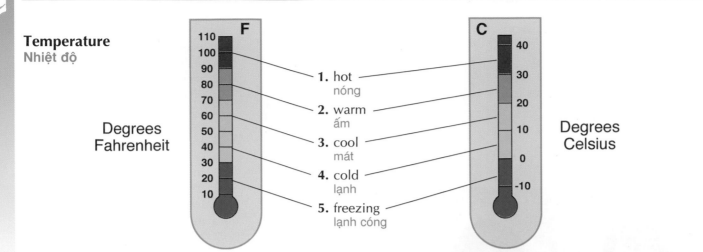

Degrees
Fahrenheit

Degrees
Celsius

1. hot
   nóng
2. warm
   ấm
3. cool
   mát
4. cold
   lạnh
5. freezing
   lạnh cóng

6. sunny / clear
nắng / quang đãng

7. cloudy
mây mù

8. raining
mưa

9. snowing
có tuyết

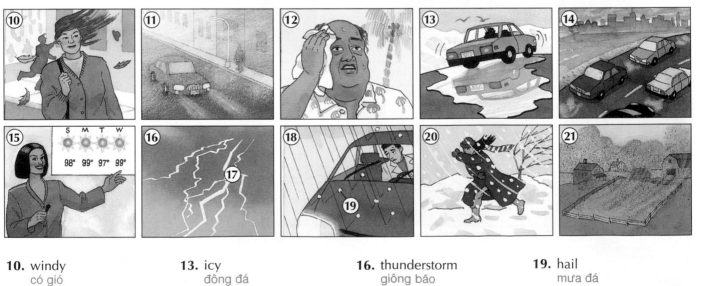

10. windy
có gió

11. foggy
có sương mù

12. humid
ẩm

13. icy
đông đá

14. smoggy
ô nhiễm / có khói mù

15. heat wave
nóng (từng đợt)

16. thunderstorm
giông bão

17. lightning
chớp

18. hailstorm
bão mưa đá

19. hail
mưa đá

20. snowstorm
bão tuyết

21. dust storm
bão cát

Language note: *it is, there is*

For **1–14** we use,   *It's cloudy.*

For **15–21** we use,   *There's a heat wave.*
There's lightning.

Talk about the weather.

Today it's hot. It's 98 degrees.
Yesterday it was warm. It was 85 degrees.

1. **little** hand
   tay **nhỏ**
2. **big** hand
   tay **lớn**
3. **fast** driver
   người lái **nhanh**
4. **slow** driver
   người lái **chậm**
5. **hard** chair
   ghế **cứng**
6. **soft** chair
   ghế **mềm**
7. **thick** book /
   fat book
   quyển sách **dầy**
8. **thin** book
   quyển sách
   mỏng
9. **full** glass
   ly **đầy**
10. **empty** glass
    ly **không**
11. **noisy** children /
    loud children
    con trẻ **ồn ào**
12. **quiet** children
    con trẻ **yên**
    lặng

13. **heavy** box
    hộp **nặng**
14. **light** box
    hộp **nhẹ**
15. **neat** closet
    tủ áo **gọn gàng**
16. **messy** closet
    tủ áo **bừa bãi**
17. **good** dog
    chó **ngoan**
18. **bad** dog
    chó **hư**
19. **expensive** ring
    nhẫn **đắt tiền**
20. **cheap** ring
    nhẫn **rẻ tiền**
21. **beautiful** view
    cảnh **đẹp**
22. **ugly** view
    cảnh **xấu**
23. **easy** problem
    bài toán **dễ**
24. **difficult** problem /
    hard problem
    bài toán **khó**

Use the new language.

1. Name three things that are thick.
2. Name three things that are soft.
3. Name three things that are heavy.

Share your answers.

1. Are you a slow driver or a fast driver?
2. Do you have a neat closet or a messy closet?
3. Do you like loud or quiet parties?

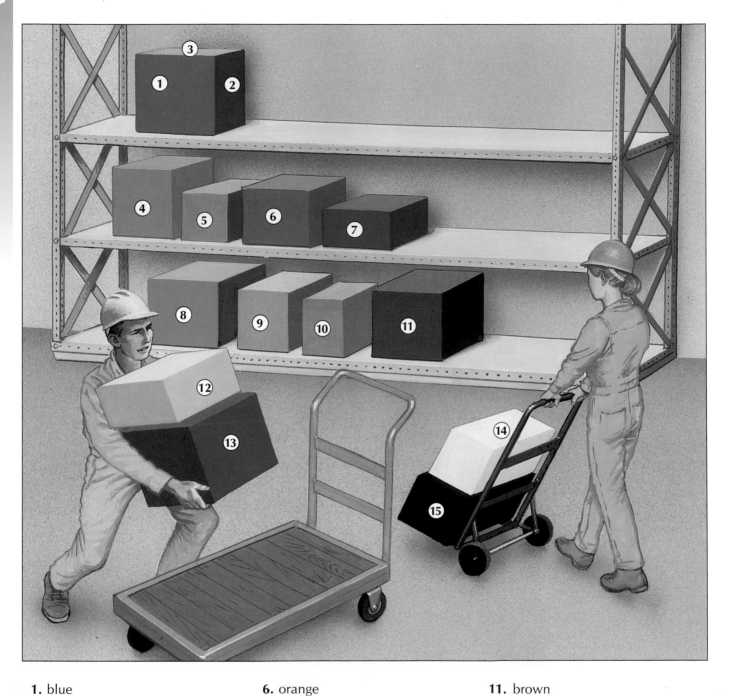

1. blue
   xanh nước biển

2. dark blue
   xanh đậm

3. light blue
   xanh lạt

4. turquoise
   óng ánh xanh

5. gray
   xám

6. orange
   mầu cam

7. purple
   tím

8. green
   xanh lá cây

9. beige
   nâu vàng lạt

10. pink
    hồng

11. brown
    nâu

12. yellow
    vàng

13. red
    đỏ

14. white
    trắng

15. black
    đen

Use the new language.

Look at **Clothing I,** pages **64–65.**

Name the colors of the clothing you see.

That's a dark blue suit.

Share your answers.

1. What colors are you wearing today?

2. What colors do you like?

3. Is there a color you don't like? What is it?

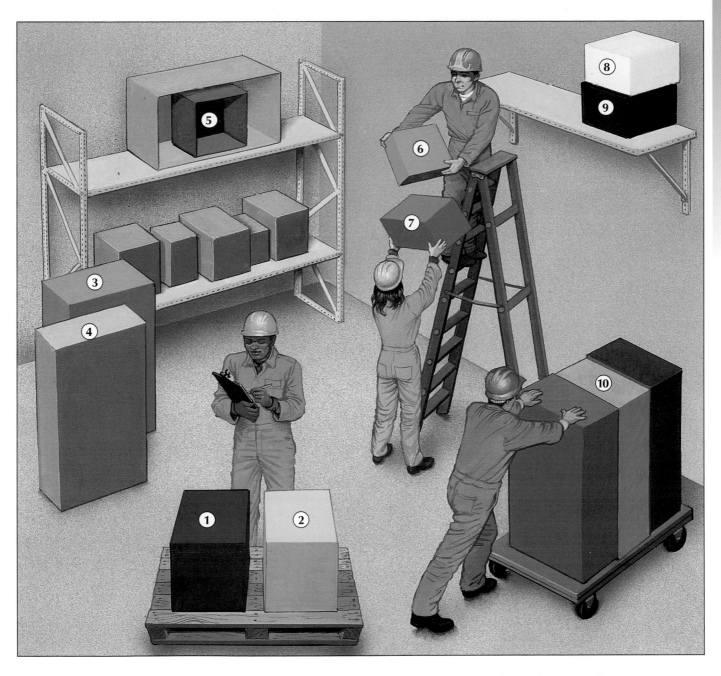

1. The red box is **next to** the yellow box, **on the left.**
   Hộp màu đỏ ở **sát bên trái** hộp màu vàng.

2. The yellow box is **next to** the red box, **on the right.**
   Hộp màu vàng ở **sát bên phải** hộp màu đỏ.

3. The turquoise box is **behind** the gray box.
   Hộp màu óng ánh xanh ở **phía sau** hộp màu xám.

4. The gray box is **in front of** the turquoise box.
   Hộp màu xám ở **phía trước** hộp màu óng ánh xanh.

5. The dark blue box is **in** the beige box.
   Hộp màu xanh đậm ở **trong** hộp màu nâu vàng.

6. The green box is **above** the orange box.
   Hộp màu xanh lá cây ở **trên** hộp màu vàng cam.

7. The orange box is **below** the green box.
   Hộp màu vàng cam ở **dưới** hộp màu xanh lá cây.

8. The white box is **on** the black box.
   Hộp màu trắng ở **trên** hộp màu đen.

9. The black box is **under** the white box.
   Hộp màu đen ở **dưới** hộp màu trắng.

10. The pink box is **between** the purple box and the brown box.
    Hộp màu hồng ở **giữa** hộp màu tím và hộp màu nâu.

More vocabulary

near: in the same area
*The white box is **near** the black box.*

far from: not near
*The red box is **far from** the black box.*

Numbers and Measurements   Con Số Và Đo Lường

HOME 1 8
VISITOR 2 2

SAN DIEGO
235 miles

Cardinals   Số Thường

0 zero Số không	11 eleven mười một	21 twenty-one hai mươi mốt	101 one hundred one một trăm lẻ một
1 one một	12 twelve mười hai	22 twenty-two hai mươi hai	1,000 one thousand một ngàn
2 two hai	13 thirteen mười ba	30 thirty ba mươi	1,001 one thousand one một ngàn lẻ một
3 three ba	14 fourteen mười bốn	40 forty bốn mươi	10,000 ten thousand mười ngàn
4 four bốn	15 fifteen mười lăm	50 fifty năm mươi	100,000 one hundred thousand một trăm ngàn
5 five năm	16 sixteen mười sáu	60 sixty sáu mươi	1,000,000 one million một triệu
6 six sáu	17 seventeen mười bảy	70 seventy bảy mươi	1,000,000,000 one billion một tỷ
7 seven bảy	18 eighteen mười tám	80 eighty tám mươi	
8 eight tám	19 nineteen mười chín	90 ninety chín mươi	
9 nine chín	20 twenty hai mươi	100 one hundred một trăm	
10 ten mười			

Ordinals   Số Thứ Tự

1st first thứ nhất	8th eighth thứ tám	15th fifteenth thứ mười lăm
2nd second thứ nhì	9th ninth thứ chín	16th sixteenth thứ mười sáu
3rd third thứ ba	10th tenth thứ mười	17th seventeenth thứ mười bảy
4th fourth thứ tư	11th eleventh thứ mười một	18th eighteenth thứ mười tám
5th fifth thứ năm	12th twelfth thứ mười hai	19th nineteenth thứ mười chín
6th sixth thứ sáu	13th thirteenth thứ mười ba	20th twentieth thứ hai mươi
7th seventh thứ bảy	14th fourteenth thứ mười bốn	

Roman numerals   Số La Mã

I	= 1	VII	= 7	XXX	= 30
II	= 2	VIII	= 8	XL	= 40
III	= 3	IX	= 9	L	= 50
IV	= 4	X	= 10	C	= 100
V	= 5	XV	= 15	D	= 500
VI	= 6	XX	= 20	M	= 1,000

Fractions   Phân Số

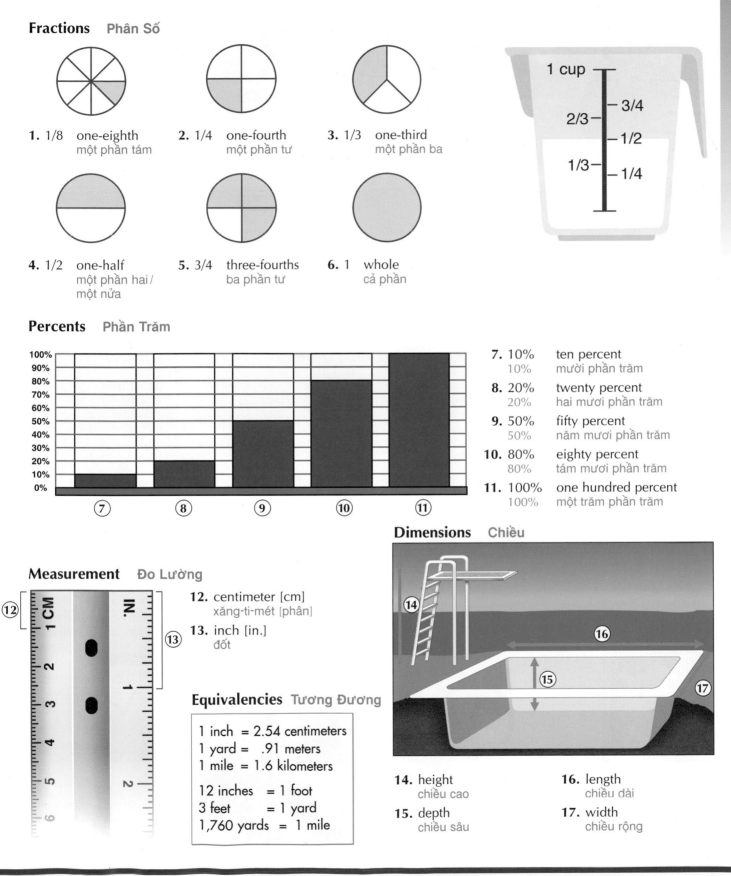

1. 1/8   one-eighth
một phần tám

2. 1/4   one-fourth
một phần tư

3. 1/3   one-third
một phần ba

4. 1/2   one-half
một phần hai /
một nửa

5. 3/4   three-fourths
ba phần tư

6. 1   whole
cả phần

Percents   Phần Trăm

7. 10%   ten percent
10%   mười phần trăm

8. 20%   twenty percent
20%   hai mươi phần trăm

9. 50%   fifty percent
50%   năm mươi phần trăm

10. 80%   eighty percent
80%   tám mươi phần trăm

11. 100%   one hundred percent
100%   một trăm phần trăm

Measurement   Đo Lường

12. centimeter [cm]
xăng-ti-mét [phân]

13. inch [in.]
đốt

Equivalencies   Tương Đương

1 inch = 2.54 centimeters
1 yard = .91 meters
1 mile = 1.6 kilometers

12 inches = 1 foot
3 feet   = 1 yard
1,760 yards = 1 mile

Dimensions   Chiều

14. height
chiều cao

16. length
chiều dài

15. depth
chiều sâu

17. width
chiều rộng

More vocabulary

measure: to find the size or amount of something

count: to find the total number of something

Share your answers.

1. How many students are in class today?

2. Who was the first person in class today?

3. How far is it from your home to your school?

Time   Thì Giờ

1. second
giây

2. minute
phút

3. hour
giờ

A.M.

P.M.

4. 1:00
one o'clock
một giờ

5. 1:05
one-oh-five
một giờ năm
five after one
một giờ năm

6. 1:10
one-ten
một giờ mười
ten after one
một giờ mười

7. 1:15
one-fifteen
một giờ mười lăm
a quarter after one
một giờ mười lăm

8. 1:20
one-twenty
một giờ hai mươi
twenty after one
một giờ hai mươi

9. 1:25
one twenty-five
một giờ hai mươi lăm
twenty-five after one
một giờ hai mươi lăm

10. 1:30
one-thirty
một giờ ba mươi
half past one
một giờ rưỡi

11. 1:35
one thirty-five
một giờ ba mươi lăm
twenty-five to two
hai giờ kém hai mươi lăm

12. 1:40
one-forty
một giờ bốn mươi
twenty to two
hai giờ kém hai mươi

13. 1:45
one forty-five
một giờ bốn mươi lăm
a quarter to two
hai giờ kém mười lăm

14. 1:50
one-fifty
một giờ năm mươi
ten to two
hai giờ kém mười

15. 1:55
one fifty-five
một giờ năm mươi lăm
five to two
hai giờ kém năm

Talk about the time.

What time is it? It's <u>10:00 a.m.</u>

What time do you wake up on weekdays? At <u>6:30 a.m.</u>

What time do you wake up on weekends? At <u>9:30 a.m.</u>

Share your answers.

1. How many hours a day do you study English?

2. You are meeting friends at 1:00. How long will you wait for them if they are late?

16. morning
sáng

17. noon
trưa

18. afternoon
chiều

19. evening
tối

20. night
đêm

21. midnight
nửa đêm

22. early
sớm

23. late
muộn

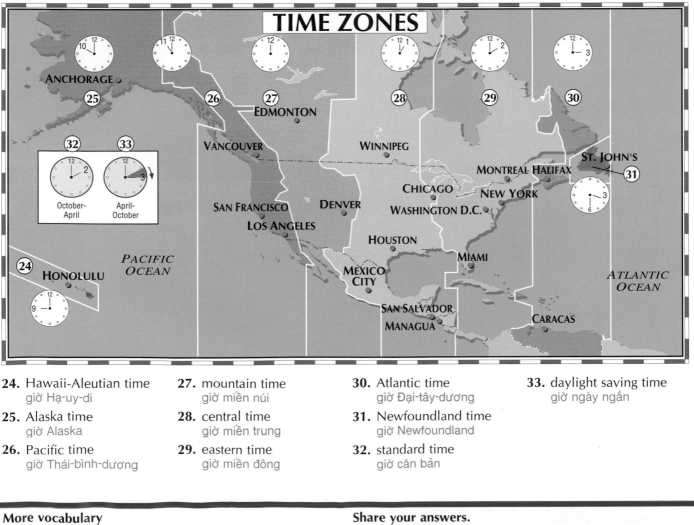

TIME ZONES

24. Hawaii-Aleutian time
giờ Hạ-uy-di

25. Alaska time
giờ Alaska

26. Pacific time
giờ Thái-bình-dương

27. mountain time
giờ miền núi

28. central time
giờ miền trung

29. eastern time
giờ miền đông

30. Atlantic time
giờ Đại-tây-dương

31. Newfoundland time
giờ Newfoundland

32. standard time
giờ căn bản

33. daylight saving time
giờ ngày ngắn

More vocabulary

on time: not early and not late
*He's **on time.***

Share your answers.

1. When do you watch television? study?
   do housework?

2. Do you come to class on time? early? late?

Days of the week
Ngày Trong Tuần

1. Sunday
   Chủ nhật
2. Monday
   Thứ hai
3. Tuesday
   Thứ ba
4. Wednesday
   Thứ tư
5. Thursday
   Thứ năm
6. Friday
   Thứ sáu
7. Saturday
   Thứ bảy
8. year
   năm
9. month
   tháng
10. day
    ngày
11. week
    tuần lễ
12. weekdays
    ngày (làm việc) trong tuần
13. weekend
    cuối tuần
14. date
    ngày, tháng, năm
15. today
    hôm nay
16. tomorrow
    ngày mai
17. yesterday
    hôm qua
18. last week
    tuần trước
19. this week
    tuần này
20. next week
    tuần tới
21. every day
    mỗi ngày (hàng ngày)
22. once a week
    mỗi tuần một lần
23. twice a week
    mỗi tuần hai lần
24. three times a week
    mỗi tuần ba lần

Talk about the calendar.

What's today's date? It's <u>March 10th</u>.

What day is it? It's <u>Tuesday</u>.

What day was yesterday? It was <u>Monday</u>.

Share your answers.

1. How often do you come to school?
2. How long have you been in this school?

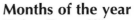

2001

JAN ㉕
SUN	MON	TUE	WED	THU	FRI	SAT
	1	2	3	4	5	6
7	8	9	10	11	12	13
14	15	16	17	18	19	20
21	22	23	24	25	26	27
28	29	30	31			

FEB ㉖
SUN	MON	TUE	WED	THU	FRI	SAT
				1	2	3
4	5	6	7	8	9	10
11	12	13	14	15	16	17
18	19	20	21	22	23	24
25	26	27	28			

MAR ㉗
SUN	MON	TUE	WED	THU	FRI	SAT
				1	2	3
4	5	6	7	8	9	10
11	12	13	14	15	16	17
18	19	20	21	22	23	24
25	26	27	28	29	30	31

APR ㉘
SUN	MON	TUE	WED	THU	FRI	SAT
1	2	3	4	5	6	7
8	9	10	11	12	13	14
15	16	17	18	19	20	21
22	23	24	25	26	27	28
29	30					

MAY ㉙
SUN	MON	TUE	WED	THU	FRI	SAT
		1	2	3	4	5
6	7	8	9	10	11	12
13	14	15	16	17	18	19
20	21	22	23	24	25	26
27	28	29	30	31		

JUN ㉚
SUN	MON	TUE	WED	THU	FRI	SAT
					1	2
3	4	5	6	7	8	9
10	11	12	13	14	15	16
17	18	19	20	21	22	23
24	25	26	27	28	29	30

JUL ㉛
SUN	MON	TUE	WED	THU	FRI	SAT
1	2	3	4	5	6	7
8	9	10	11	12	13	14
15	16	17	18	19	20	21
22	23	24	25	26	27	28
29	30	31				

AUG ㉜
SUN	MON	TUE	WED	THU	FRI	SAT
			1	2	3	4
5	6	7	8	9	10	11
12	13	14	15	16	17	18
19	20	21	22	23	24	25
26	27	28	29	30	31	

SEP ㉝
SUN	MON	TUE	WED	THU	FRI	SAT
						1
2	3	4	5	6	7	8
9	10	11	12	13	14	15
16	17	18	19	20	21	22
23/30	24	25	26	27	28	29

OCT ㉞
SUN	MON	TUE	WED	THU	FRI	SAT
	1	2	3	4	5	6
7	8	9	10	11	12	13
14	15	16	17	18	19	20
21	22	23	24	25	26	27
28	29	30	31			

NOV ㉟
SUN	MON	TUE	WED	THU	FRI	SAT
				1	2	3
4	5	6	7	8	9	10
11	12	13	14	15	16	17
18	19	20	21	22	23	24
25	26	27	28	29	30	

DEC ㊱
SUN	MON	TUE	WED	THU	FRI	SAT
						1
2	3	4	5	6	7	8
9	10	11	12	13	14	15
16	17	18	19	20	21	22
23/30	24/31	25	26	27	28	29

MARCH 21 (37)

JUNE 21 (38)

SEPT. 21 (39)

DEC. 21 (40)

JUNE 5 TIM! (41)

MARCH 2 ANNIVERSARY (42)

JULY 4 INDEPENDENCE DAY — STATE BANK — CLOSED-JULY 4 (43)

APRIL 4 EASTER SUNDAY (44)

MAY 17 DOCTOR 4:30 (45)

AUGUST
S	M	TU	W	TH	F	S
			1	2	3	4
5	6	7	8	9	10	11
12	13	14	15	16	17	18
(46)

Months of the year
Tháng Trong Năm

25. January
Tháng một

26. February
Tháng hai

27. March
Tháng ba

28. April
Tháng tư

29. May
Tháng năm

30. June
Tháng sáu

31. July
Tháng bảy

32. August
Tháng tám

33. September
Tháng chín

34. October
Tháng mười

35. November
Tháng mười một

36. December
Tháng mười hai

Seasons
Mùa

37. spring
xuân

38. summer
hạ

39. fall
thu

40. winter
đông

41. birthday
ngày sinh nhật

42. anniversary
ngày kỷ niệm

43. legal holiday
ngày nghỉ lễ

44. religious holiday
ngày lễ tôn giáo

45. appointment
hẹn

46. vacation
nghỉ / nghỉ hè

Use the new language.

Look at the **ordinal numbers** on page **14**.

Use ordinal numbers to say the date.

It's June 5th. It's the fifth.

Talk about your birthday.

My birthday is in the winter.

My birthday is in January.

My birthday is on January twenty-sixth.

Coins Tiền Kim Loại / Tiền Xu

1. $.01 = 1¢
a penny / 1 cent
một xu

2. $.05 = 5¢
a nickel / 5 cents
năm xu

3. $.10 = 10¢
a dime / 10 cents
một hào / mười xu

4. $.25 = 25¢
a quarter / 25 cents
hai mươi lăm xu

5. $.50 = 50¢
a half dollar
năm mươi xu / nửa đô-la

6. $1.00
a silver dollar
một đô-la bạc

Bills Tiền Giấy

7. $1.00
a dollar
một đô

8. $5.00
five dollars
năm đô

9. $10.00
ten dollars
mười đô

10. $20.00
twenty dollars
hai mươi đô

11. $50.00
fifty dollars
năm mươi đô

12. $100.00
one hundred dollars
một trăm đô

Ways to pay Cách Trả Tiền

13. cash
tiền mặt

14. personal check
chi-phiếu

15. credit card
thẻ tín dụng

16. money order
phiếu trả tiền (ngân phiếu)

17. traveler's check
chi phiếu du-lịch

More vocabulary

borrow: to get money from someone and return it later

lend: to give money to someone and get it back later

pay back: to return the money that you borrowed

Other ways to talk about money:

a dollar bill or *a one*

a five-dollar bill or *a five*

a ten-dollar bill or *a ten*

a twenty-dollar bill or *a twenty*

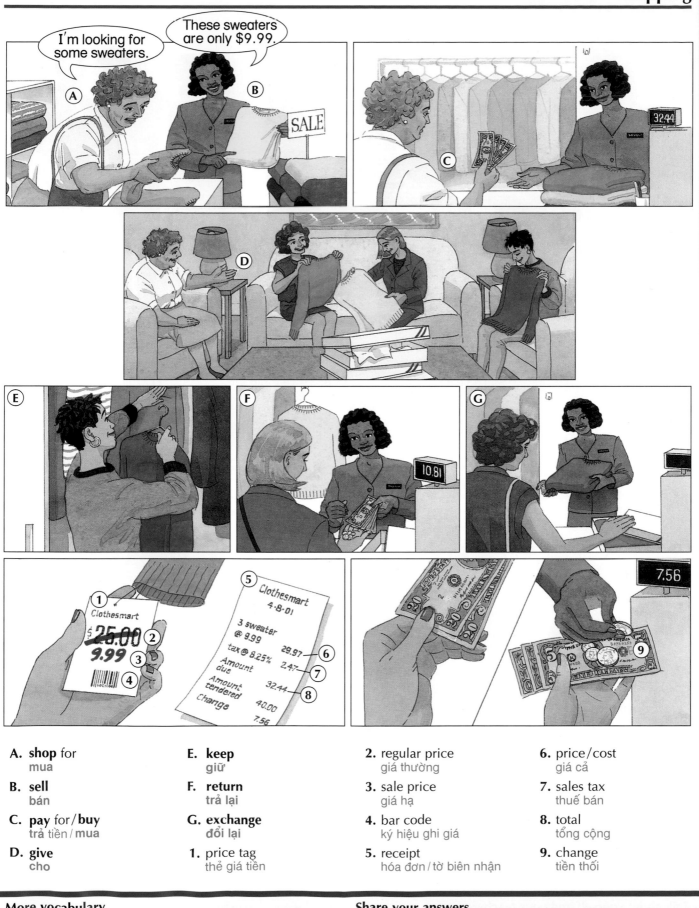

A. **shop** for
   mua

B. **sell**
   bán

C. **pay** for / **buy**
   trả tiền / mua

D. **give**
   cho

E. **keep**
   giữ

F. **return**
   trả lại

G. **exchange**
   đổi lại

1. price tag
   thẻ giá tiền

2. regular price
   giá thường

3. sale price
   giá hạ

4. bar code
   ký hiệu ghi giá

5. receipt
   hóa đơn / tờ biên nhận

6. price / cost
   giá cả

7. sales tax
   thuế bán

8. total
   tổng cộng

9. change
   tiền thối

More vocabulary

When you use a credit card to shop, you get a **bill** in the mail. Bills list, in writing, the items you bought and the total you have to pay.

Share your answers.

1. Name three things you pay for every month.

2. Name one thing you will buy this week.

3. Where do you like to shop?

21

Age and Physical Description Tuổi Tác Và Thể Chất

1. children
trẻ con

2. baby
em bé

3. toddler
trẻ nít

4. 6-year-old boy
bé trai 6 tuổi

5. 10-year-old girl
bé gái 10 tuổi

6. teenagers
thanh thiếu niên

7. 13-year-old boy
thiếu-niên 13 tuổi

8. 19-year-old girl
thiếu-nữ 19 tuổi

9. adults
người lớn

10. woman
đàn bà

11. man
đàn ông

12. senior citizen
bậc già cả

13. young
trẻ

14. middle-aged
trung niên

15. elderly
người già

16. tall
cao

17. average height
chiều cao trung bình

18. short
thấp

19. pregnant
chửa / thai nghén / có
mang

20. heavyset
nặng ký

21. average weight
cân nặng trung bình

22. thin / slim
gầy / thon

23. attractive
hấp dẫn

24. cute
dễ thương

25. physically challenged
thương tật

26. sight impaired / blind
mắt kém / mù

27. hearing impaired / deaf
tai kém / điếc

Talk about yourself and your teacher.

I am *young*, *average height*, and *average weight*.

My teacher is *a middle-aged*, *tall*, *thin* man.

Use the new language.

Turn to **Hobbies and Games**, pages 162–163.

Describe each person on the page.

He's *a heavyset*, *short*, *senior* *citizen*.

1. short hair
   tóc ngắn

2. shoulder-length hair
   tóc dài ngang vai

3. long hair
   tóc dài

4. part
   rẽ đường ngôi

5. mustache
   ria mép

6. beard
   râu quai nón

7. sideburns
   tóc mai

8. bangs
   tóc che trán

9. straight hair
   tóc thẳng

10. wavy hair
    tóc gợn sóng

11. curly hair
    tóc quăn

12. bald
    hói đầu

13. gray hair
    tóc bạc

14. red hair
    tóc đỏ

15. black hair
    tóc đen

16. blond hair
    tóc vàng

17. brown hair
    tóc nâu

18. brush
    lược kiểu bàn chải

19. scissors
    kéo

20. blow dryer
    máy sấy tóc

21. rollers
    ống cuộn tóc

22. comb
    chải

A. **cut** hair
   cắt tóc

B. **perm** hair
   uốn tóc

C. **set** hair
   cuộn tóc

D. **color** hair / **dye** hair
   nhuộm tóc

More vocabulary

hair stylist: a person who cuts, sets, and perms hair

hair salon: the place where a hair stylist works

Talk about your hair.

My hair is <u>long</u>, <u>straight</u>, and <u>brown</u>.

I have <u>long</u>, <u>straight</u>, <u>brown</u> hair.

When I was a child my hair was <u>short</u>, <u>curly</u>, and <u>blond</u>.

23

Tom Lee's Family

1. grandparents
ông bà

Min

Lu

2. grandmother
bà

3. grandfather
ông

4. parents
cha mẹ

Rose

Chang

Helen

Daniel

Tom

5. mother
mẹ

6. father
cha

10. aunt
cô

11. uncle
chú

Lily

Alex

Emily

8. sister
chị / em gái

9. brother
anh / em trai

12. cousin
chị / em họ

7. (Min and Lu's)
grandson
cháu trai
(của Min và Lu)

Berta

Mario

Ana Garcia's
Family

Ana

13. mother-in-law
mẹ vợ

14. father-in-law
bố vợ

Marta

Carlos

Tito

20. (Tito's) wife
(của Tito) vợ

15. sister-in-law
chị dâu

16. brother-in-law
anh rể

19. husband
chồng

Alice

Eddie

Sara

Felix

17. niece
cháu gái

18. nephew
cháu trai

21. daughter
con gái

22. son
con trai

More vocabulary

Lily and Emily are Min and Lu's **granddaughters.**
Daniel is Min and Lu's **son-in-law.**
Ana is Berta and Mario's **daughter-in-law.**

Share your answers.

1. How many brothers and sisters do you have?
2. What number son or daughter are you?
3. Do you have any children?

Lisa Smith's Family

23. married
có gia đình

24. divorced
ly dị

Carol *Dan*

Lisa

25. single mother
mẹ độc thân

26. single father
cha độc thân

27. remarried
tái-hôn

Rick *Carol*

Dan *Sue*

Rick *Carol*

Dan *Sue*

Lisa

28. stepfather
cha ghẻ

31. stepmother
mẹ ghẻ

David *Mary*

Kim *Bill*

29. half brother
em trai cùng mẹ
khác cha

30. half sister
em gái cùng mẹ
khác cha

32. stepsister
em gái cùng
cha khác mẹ

33. stepbrother
em trai cùng
cha khác mẹ

More vocabulary

Carol is Dan's **former wife.**

Sue is Dan's **wife.**

Dan is Carol's **former husband.**

Rick is Carol's **husband.**

Lisa is the **stepdaughter** of both Rick and Sue.

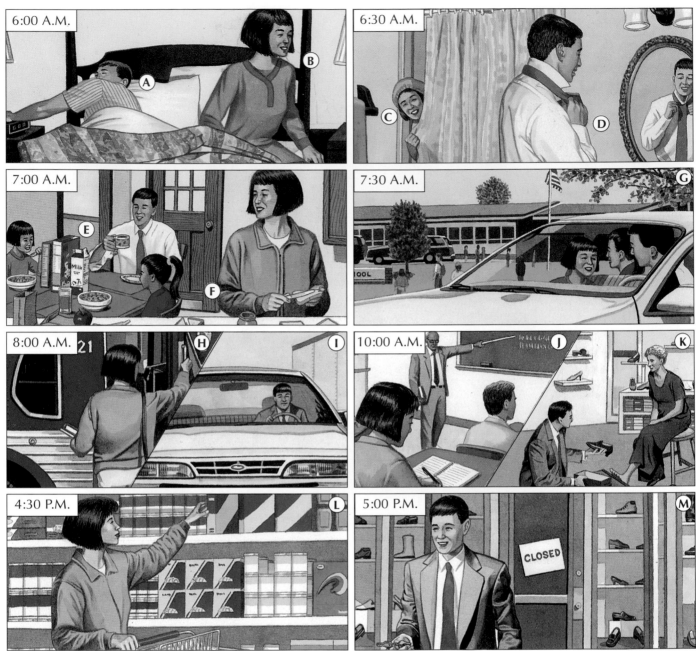

A. **wake up**
thức **dậy**

B. **get up**
trở **dậy**

C. **take** a shower
tắm

D. **get dressed**
mặc quần áo

E. **eat** breakfast
ăn điểm-tâm / ăn sáng

F. **make** lunch
làm cơm trưa

G. **take** the children to school
đưa trẻ đi học

H. **take** the bus to school
đi xe buýt đi học

I. **drive** to work / **go** to work
lái **xe** đi làm

J. **be** in school
học / ở trường

K. **work**
làm việc

L. **go** to the market
đi chợ

M. **leave** work
rời sở làm

Grammar point: 3rd person singular

For **he** and **she**, we add **-s** or **-es** to the verb.

He/She wakes up.

He/She watches TV.

These verbs are different (irregular):

| be | *He/She **is** in school at 10:00 a.m.* |
| have | *He/She **has** dinner at 6:30 p.m.* |

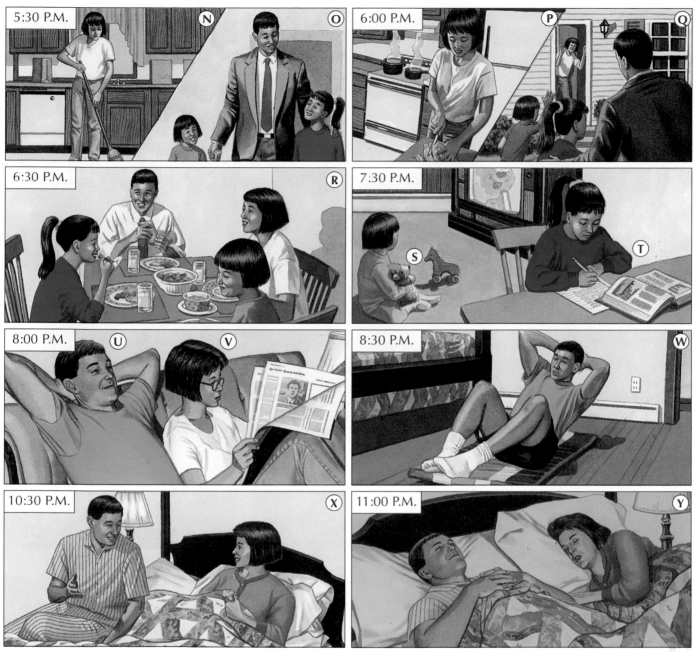

N. clean the house
quét dọn nhà

O. pick up the children
đón con ở nhà gửi trẻ

P. cook dinner
nấu cơm tối

Q. come home / **get** home
về nhà

R. have dinner
ăn tối

S. watch TV
xem T.V.

T. do homework
làm bài tập

U. relax
nghỉ ngơi / xả hơi

V. read the paper
đọc báo

W. exercise
tập thể dục

X. go to bed
đi ngủ

Y. go to sleep
đi ngủ

Talk about your daily routine.

I take a shower in the morning.
I go to school in the evening.
I go to bed at 11 o'clock.

Share your answers.

1. Who makes dinner in your family?
2. Who goes to the market?
3. Who goes to work?

A. be born
sanh ra

B. start school
bắt đầu đi học

C. immigrate
nhập cảnh

D. graduate
tốt nghiệp

E. learn to drive
học lái xe

F. join the army
đi lính / đầu quân

G. get a job
tìm việc

H. become a citizen
thành công-dân

I. rent an apartment
mướn apartment

J. go to college
đi học đại học

K. fall in love
yêu nhau

L. get married
lập gia đình / kết hôn

Grammar point: past tense

start
learn
join   +ed
rent
travel

immigrate
graduate
move   +d
retire
die

These verbs are different (irregular):

be	— was	have	— had
get	— got	buy	— bought
become	— became		
go	— went		
fall	— fell		

28

M. **have** a baby
   có con

N. **travel**
   du lịch

O. **buy** a house
   mua nhà

P. **move**
   dọn nhà

Q. **have** a grandchild
   có cháu (nội, ngoại)

R. **die**
   chết

1. birth certificate
   giấy khai sinh

2. diploma
   bằng cấp

3. Resident Alien card
   thẻ di-trú / thẻ xanh

4. driver's license
   bằng lái xe

5. Social Security card
   thẻ an sinh xã hội

6. Certificate of Naturalization
   giấy chứng nhận nhập tịch

7. college degree
   bằng đại học

8. marriage license
   giấy hôn thú

9. passport
   sổ thông hành

More vocabulary

When a husband dies, his wife becomes a **widow**.

When a wife dies, her husband becomes a **widower**.

When older people stop working, we say they **retire**.

Talk about yourself.

I was born in 1968.

I learned to drive in 1987.

I immigrated in 1990.

1. hot
   nóng

2. thirsty
   khát

3. sleepy
   buồn ngủ

4. cold
   lạnh

5. hungry
   đói

6. full
   no

7. comfortable
   thoải mái

8. uncomfortable
   không thoải mái

9. disgusted
   chán ghét

10. calm
    bình tĩnh

11. nervous
    băn khoăn / hồi hộp

12. in pain
    đau đớn

13. worried
    lo

14. sick
    ốm

15. well
    khỏi / khỏe lại

16. relieved
    hết lo

17. hurt
    đau

18. lonely
    cô đơn / lẻ loi

19. in love
    yêu nhau

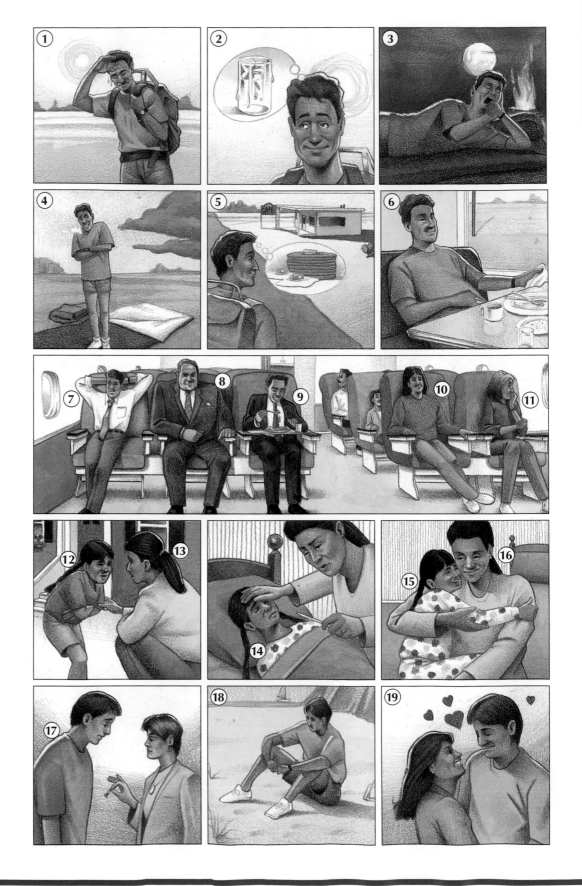

More vocabulary

furious: very angry

terrified: very scared

overjoyed: very happy

exhausted: very tired

starving: very hungry

humiliated: very embarrassed

Talk about your feelings.

I feel <u>happy</u> when I <u>see my friends</u>.

I feel <u>homesick</u> when I think about <u>my family</u>.

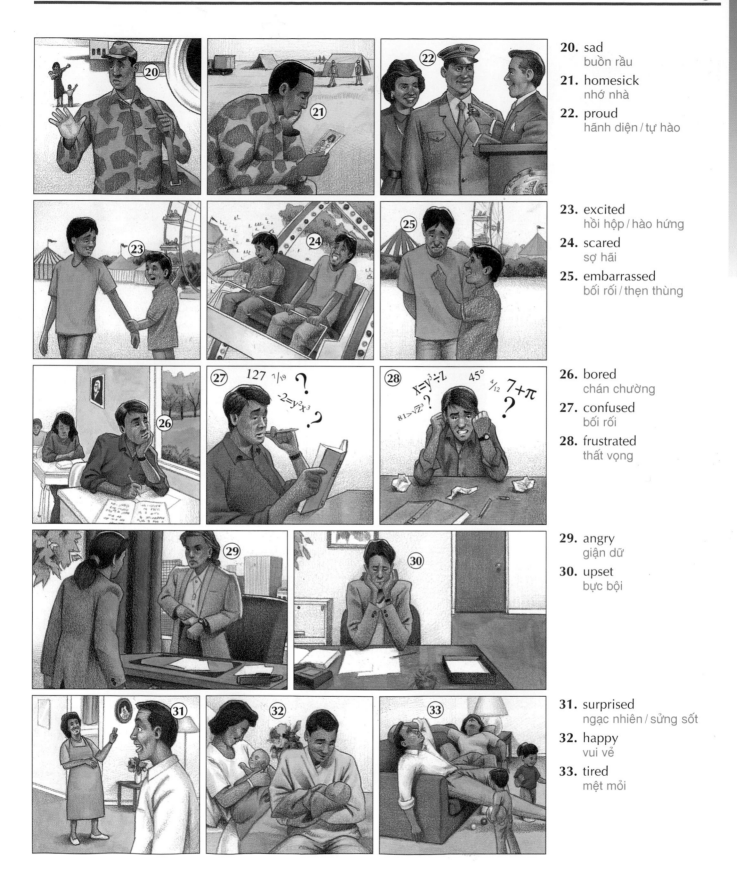

20. sad
    buồn rầu
21. homesick
    nhớ nhà
22. proud
    hãnh diện / tự hào

23. excited
    hồi hộp / hào hứng
24. scared
    sợ hãi
25. embarrassed
    bối rối / thẹn thùng

26. bored
    chán chường
27. confused
    bối rối
28. frustrated
    thất vọng

29. angry
    giận dữ
30. upset
    bực bội

31. surprised
    ngạc nhiên / sửng sốt
32. happy
    vui vẻ
33. tired
    mệt mỏi

Use the new language.

Look at **Clothing I**, page **64**, and answer the questions.

1. How does the runner feel?
2. How does the man at the bus stop feel?
3. How does the woman at the bus stop feel?
4. How do the teenagers feel?
5. How does the little boy feel?

A Graduation Tốt Nghiệp

The Ceremony

1. **graduating class**
   lớp tốt nghiệp

2. **gown**
   áo

3. **cap**
   nón

4. **stage**
   sân khấu

5. **podium**
   bục đứng

6. **graduate**
   học sinh / sinh viên tốt nghiệp

7. **diploma**
   bằng cấp

8. **valedictorian**
   thủ khoa

9. **guest speaker**
   khách đọc diễn văn

10. **audience**
    khán thính giả

11. **photographer**
    nhiếp ảnh viên

A. **graduate**
   tốt nghiệp

B. **applaud / clap**
   vỗ tay

C. **cry**
   khóc

D. **take** a picture
   chụp ảnh

E. **give** a speech
   đọc diễn văn

Talk about what the people in the pictures are doing.

She is
- tak**ing** a picture.
- giv**ing** a speech.
- smil**ing**.
- laugh**ing**.

He is
- mak**ing** a toast.
- clap**ping**.

They are
- graduat**ing**.
- hug**ging**.
- kiss**ing**.
- applaud**ing**.

32

The Party

12. caterer
nhân viên phục dịch
món ăn

13. buffet
tiệc bốp-phê

14. guests
khách

15. banner
biểu ngữ

16. dance floor
sàn nhảy

17. DJ (disc jockey)
người điều khiển dàn
đĩa nhạc

18. gifts
quà tặng

F. kiss
hôn

G. hug
ôm

H. laugh
cười

I. make a toast
chúc mừng

J. dance
khiêu vũ

Share your answers.

1. Did you ever go to a graduation? Whose?

2. Did you ever give a speech? Where?

3. Did you ever hear a great speaker? Where?

4. Did you ever go to a graduation party?

5. What do you like to eat at parties?

6. Do you like to dance at parties?

33

1. the city / an urban area
   thành phố / nơi thành thị

2. the suburbs
   ngoại ô

3. a small town
   thành phố nhỏ / thị trấn

4. the country / a rural area
   thôn quê / nơi thôn dã

5. apartment building
   nhà cao tầng / cao ốc / tòa nhà
   apartment

6. house
   nhà

7. townhouse
   nhà liền vách

8. mobile home
   nhà di-chuyển được

9. college dormitory
   chung-cư đại học / đại học xá

10. shelter
    nơi tạm trú

11. nursing home
    nhà dưỡng lão

12. ranch
    đồn điền

13. farm
    nông trại

More vocabulary

duplex house: a house divided into two homes

condominium: an apartment building where each apartment is owned separately

co-op: an apartment building owned by the residents

Share your answers.

1. Do you like where you live?

2. Where did you live in your country?

3. What types of housing are there near your school?

34

Renting an apartment Mướn Apartment

A. look for a new apartment
tìm apartment mới

B. talk to the manager
nói chuyện với chủ nhà

C. sign a rental agreement
ký hợp đồng mướn nhà

D. move in
dọn vào

E. unpack
mở thùng

F. pay the rent
trả tiền mướn nhà

Buying a house Mua Nhà

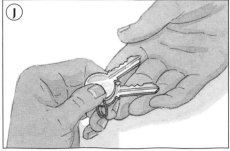

G. talk to the Realtor
Nói chuyện với Nhân Viên Địa Ốc

H. make an offer
giảm **trả giá** nhà

I. get a loan
vay tiền

J. take ownership
làm chủ nhà

K. arrange the furniture
sắp đặt bàn ghế

L. pay the mortgage
trả tiền vay mua nhà

More vocabulary

lease: a rental agreement for a specific period of time
utilities: gas, water, and electricity for the home

Practice talking to an apartment manager.

How much is the rent?
Are utilities included?
When can I move in?

35

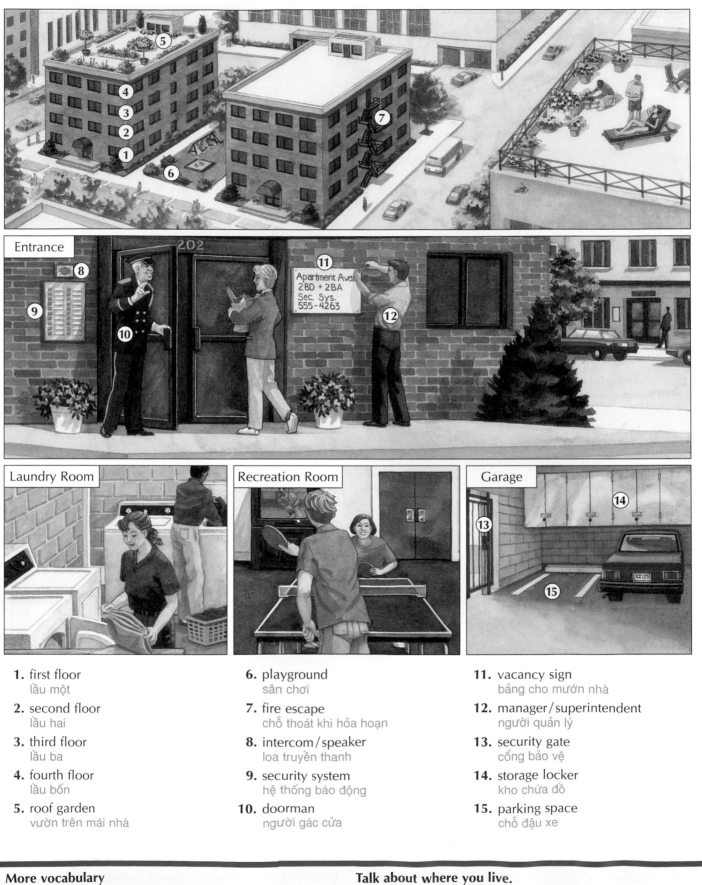

1. **first floor**
   lầu một

2. **second floor**
   lầu hai

3. **third floor**
   lầu ba

4. **fourth floor**
   lầu bốn

5. **roof garden**
   vườn trên mái nhà

6. **playground**
   sân chơi

7. **fire escape**
   chỗ thoát khi hỏa hoạn

8. **intercom/speaker**
   loa truyền thanh

9. **security system**
   hệ thống báo động

10. **doorman**
    người gác cửa

11. **vacancy sign**
    bảng cho mướn nhà

12. **manager/superintendent**
    người quản lý

13. **security gate**
    cổng bảo vệ

14. **storage locker**
    kho chứa đồ

15. **parking space**
    chỗ đậu xe

More vocabulary

rec room: a short way of saying **recreation room**

basement: the area below the street level of an apartment or a house

Talk about where you live.

I live in Apartment 3 near the entrance.

I live in Apartment 11 on the second floor near the fire escape.

16. swimming pool
hồ bơi / hồ tắm

17. balcony
ban-công

18. courtyard
sân chính (giữa khu nhà ở)

19. air conditioner
máy điều hoà không khí

20. trash bin
thùng rác

21. alley
đường hẻm

22. neighbor
hàng xóm

23. fire exit
lối thoát khi hoả hoạn

24. trash chute
máng đổ rác

25. smoke detector
máy báo động khi có khói

26. stairway
cầu thang

27. peephole
lỗ nhìn

28. door chain
dây xích cửa

29. dead-bolt lock
ổ khóa chặt chẽ

30. doorknob
quả nắm cửa

31. key
chìa khóa

32. landlord
chủ nhà

33. tenant
người mướn nhà

34. elevator
thang máy

35. stairs
cầu thang

36. mailboxes
thùng thư

Grammar point: *there is, there are*

singular: *there is*   plural: *there are*

There is a fire exit in the hallway.

There are mailboxes in the lobby.

Talk about apartments.

My apartment has an elevator, a lobby, and a rec room.

My apartment doesn't have a pool or a garage.

My apartment needs air conditioning.

1. **floor plan**
   họa đồ kiến trúc

2. **backyard**
   sân sau

3. **fence**
   hàng rào

4. **mailbox**
   thùng thư

5. **driveway**
   lối xe vào

6. **garage**
   nhà để xe

7. **garage door**
   cửa nhà để xe

8. **screen door**
   cửa lưới

9. **porch light**
   đèn trước hiên

10. **doorbell**
    chuông

11. **front door**
    cửa trước

12. **storm door**
    cửa bảo vệ (khi trời
    giông bão)

13. **steps**
    bậc thang

14. **front walk**
    lối vào trước

15. **front yard**
    sân trước

16. **deck**
    sàn, boong

17. **window**
    cửa sổ

18. **shutter**
    cửa chớp

19. **gutter**
    rãnh / máng xối

20. **roof**
    mái nhà

21. **chimney**
    ống khói

22. **TV antenna**
    ăng-ten T.V.

More vocabulary

two-story house: a house with two floors

downstairs: the bottom floor

upstairs: the part of a house above the bottom floor

Share your answers.

1. What do you like about this house?

2. What's something you don't like about the house?

3. Describe the perfect house.

1. hedge dậu	**8.** sprinkler vòi tưới nước	**15.** pruning shears kéo tỉa cây	**22.** lawn mower máy cắt cỏ
2. hammock võng	**9.** hose vòi nước	**16.** wheelbarrow xe ba bánh	**A.** **weed** the flower bed **làm** cỏ luống hoa
3. garbage can thùng rác	**10.** compost pile đống phân bón	**17.** watering can thùng tưới nước	**B.** **water** the plants **tưới** cây
4. leaf blower máy thổi lá	**11.** rake cây bồ-cào / cái cào	**18.** flowerpot chậu hoa / bông	**C.** **mow** the lawn **cắt** cỏ
5. patio furniture bàn ghế ở sân cạnh nhà	**12.** hedge clippers kéo tỉa hàng dậu	**19.** flower hoa / bông	**D.** **plant** a tree **trồng** cây
6. patio sân (cạnh nhà)	**13.** shovel xẻng	**20.** bush lùm cây	**E.** **trim** the hedge **tỉa** hàng dậu
7. barbecue grill lò nướng barbecue	**14.** trowel cái bay	**21.** lawn sân cỏ / thảm cỏ	**F.** **rake** the leaves **cào** lá

Talk about your yard and gardening.

I like to <u>plant trees</u>.

I don't like to <u>weed</u>.

I like/don't like to work in the yard/garden.

Share your answers.

1. What flowers, trees, or plants do you see in the picture? (Look at **Trees, Plants, and Flowers,** pages **128–129** for help.)

2. Do you ever use a barbecue grill to cook?

1. cabinet	8. shelf	15. toaster oven	22. counter
ngăn tủ	kệ	lò nướng bánh	quầy
2. paper towels	9. refrigerator	16. pot	23. drawer
giấy lau	tủ lạnh	nồi	ngăn kéo
3. dish drainer	10. freezer	17. teakettle	24. pan
chỗ tháo nước rửa chén	tủ đông lạnh	nồi nấu nước	chảo
4. dishwasher	11. coffeemaker	18. stove	25. electric mixer
máy rửa chén	máy lọc cà-phê	bếp lò	máy trộn
5. garbage disposal	12. blender	19. burner	26. food processor
máy xay rác	máy xay	bếp	máy chế biến đồ ăn
6. sink	13. microwave oven	20. oven	27. cutting board
bồn	lò microwave	lò	thớt
7. toaster	14. electric can opener	21. broiler	
máy nướng bánh mì	máy mở hộp	lò nướng	

Talk about the location of kitchen items.

The toaster oven is *on the counter* *near the stove*.

The microwave is *above the stove*.

Share your answers.

1. Do you have a garbage disposal? a dishwasher? a microwave?

2. Do you eat in the kitchen?

1. china cabinet
tủ trưng chén bát

2. set of dishes
bộ đĩa

3. platter
đĩa

4. ceiling fan
quạt trần

5. light fixture
đèn

6. serving dish
đĩa ăn

7. candle
nến

8. candlestick
cây đựng nến

9. vase
bình cắm hoa / bông

10. tray
khay

11. teapot
bình trà

12. sugar bowl
tô đựng đường

13. creamer
đồ đựng cream

14. saltshaker
lọ rắc muối

15. pepper shaker
lọ rắc tiêu

16. dining room chair
ghế phòng ăn

17. dining room table
bàn ăn

18. tablecloth
khăn bàn

19. napkin
khăn ăn

20. place mat
tấm lót

21. fork
nĩa / dĩa

22. knife
dao

23. spoon
muỗng

24. plate
đĩa

25. bowl
tô / bát

26. glass
ly / cốc

27. coffee cup
tách cà-phê

28. mug
cốc có quai

Practice asking for things in the dining room.

Please pass <u>the platter</u>.

May I have <u>the creamer</u>?

Could I have <u>a fork</u>, please?

Share your answers.

1. What are the women in the picture saying?

2. In your home, where do you eat?

3. Do you like to make dinner for your friends?

1. bookcase tủ sách	**8. mantel** mặt lò sưởi	**15. floor lamp** đèn sàn nhà	**22. magazine holder** đồ đựng tạp chí
2. basket rổ	**9. fireplace** lò sưởi	**16. drapes** màn cửa	**23. coffee table** bàn cà-phê
3. track lighting bộ đèn di chuyển được	**10. fire** lửa	**17. window** cửa sổ	**24. armchair/easy chair** ghế dựa/ghế bành
4. lightbulb bóng đèn	**11. fire screen** lưới chắn lửa	**18. plant** cây	**25. love seat** ghế sa-lông cho đôi tình nhân
5. ceiling trần nhà	**12. logs** củi	**19. sofa/couch** ghế sa-lông	**26. TV (television)** T.V.
6. wall tường	**13. wall unit** tường	**20. throw pillow** gối dựa	**27. carpet** thảm
7. painting tranh	**14. stereo system** hệ thống stereo	**21. end table** bàn cuối	

Use the new language.

Look at **Colors**, page **12**, and describe this room.

There is a gray sofa and a gray armchair.

Talk about your living room.

In my living room I have a sofa, two chairs, and a coffee table.

I don't have a fireplace or a wall unit.

1. hamper
đồ chứa y-phục thay ra

2. bathtub
bồn tắm

3. rubber mat
thảm cao-su

4. drain
đường thoát nước

5. hot water
nước nóng

6. faucet
vòi nước

7. cold water
nước lạnh

8. towel rack
cây treo khăn

9. tile
sàn lót

10. showerhead
vòi tắm

11. (mini)blinds
màn cửa mini

12. bath towel
khăn tắm

13. hand towel
khăn lau tay

14. washcloth
khăn chùi

15. toilet paper
giấy vệ sinh

16. toilet brush
cây chùi cầu

17. toilet
cầu vệ sinh

18. mirror
gương

19. medicine cabinet
tủ đựng thuốc

20. toothbrush
bàn chải đánh răng

21. toothbrush holder
đồ đựng bàn
chải đánh răng

22. sink
bồn

23. soap
xà-phòng / xà bông

24. soap dish
đồ đựng xà-phòng / xà
bông

25. wastebasket
thùng rác

26. scale
cân

27. bath mat
thảm lót phòng tắm

More vocabulary

half bath: a bathroom without a shower or bathtub

linen closet: a closet or cabinet for towels and sheets

stall shower: a shower without a bathtub

Share your answers.

1. Do you turn off the water when you brush your teeth?
wash your hair? shave?

2. Does your bathroom have a bathtub or a stall shower?

1. mirror gương	**8.** bed giường	**15.** headboard tấm gỗ đầu giường	**22.** dust ruffle váy giường
2. dresser / bureau bàn trang điểm	**9.** pillow gối	**16.** clock radio radio đồng hồ	**23.** rug thảm
3. drawer ngăn kéo	**10.** pillowcase bao gối	**17.** lamp đèn	**24.** floor sàn nhà
4. closet hộc treo áo quần	**11.** bedspread khăn trải giường	**18.** lampshade chụp đèn	**25.** mattress nệm
5. curtains màn cửa	**12.** blanket mền / chăn	**19.** light switch công-tắc điện	**26.** box spring khung lò xo nâng nệm
6. window shade màn cửa sổ	**13.** flat sheet khăn trải giường	**20.** outlet ổ cắm điện	**27.** bed frame khung giường
7. photograph ảnh / hình	**14.** fitted sheet khăn trải ôm khít giường	**21.** night table bàn ngủ	

Use the new language.

Describe this room. (See **Describing Things**, page **11**, for help.)

I see a soft pillow and a beautiful bedspread.

Share your answers.

1. What is your favorite thing in your bedroom?

2. Do you have a clock in your bedroom? Where is it?

3. Do you have a mirror in your bedroom? Where is it?

1. **bunk bed**
   giường tầng

2. **comforter**
   chăn phủ giường

3. **night-light**
   đèn đêm / đèn ngủ

4. **mobile**
   đồ chơi treo nôi

5. **wallpaper**
   giấy dán tường

6. **crib**
   nôi

7. **bumper pad**
   nệm lót viền nôi

8. **chest of drawers**
   tủ đựng áo quần

9. **baby monitor**
   máy theo dõi trẻ nít

10. **teddy bear**
    gấu ôm

11. **smoke detector**
    máy báo động khi có khói

12. **changing table**
    bàn thay tã

13. **diaper pail**
    thùng đựng tã dơ

14. **dollhouse**
    nhà chơi búp bê

15. **blocks**
    đồ chơi hình khối

16. **ball**
    banh

17. **picture book**
    sách (có) hình

18. **doll**
    búp bê

19. **cradle**
    nôi

20. **coloring book**
    sách tô mầu

21. **crayons**
    cu-lơ sáp / bút mầu bằng sáp

22. **puzzle**
    đồ chơi ráp hình

23. **stuffed animals**
    thú nhồi bông

24. **toy chest**
    tủ đựng đồ chơi

Talk about where items are in the room.

The dollhouse is near *the coloring book.*

The teddy bear is on *the chest of drawers.*

Share your answers.

1. Do you think this is a good room for children? Why?

2. What toys did you play with when you were a child?

3. What children's stories do you know?

A. **dust** the furniture
chùi bụi bàn ghế

B. **recycle** the newspapers
tái dụng giấy báo cũ

C. **clean** the oven
chùi bếp lò

D. **wash** the windows
chùi rửa cửa sổ

E. **sweep** the floor
quét nhà

F. **empty** the wastebasket
đổ rác

G. **make** the bed
dọn giường / làm giường

H. **put away** the toys
dọn đồ chơi

I. **vacuum** the carpet
hút bụi thảm

J. **mop** the floor
chùi nhà

K. **polish** the furniture
đánh bóng bàn ghế

L. **scrub** the floor
chải sàn nhà

M. **wash** the dishes
rửa chén dĩa

N. **dry** the dishes
lau khô chén dĩa

O. **wipe** the counter
lau / chùi quầy

P. **change** the sheets
thay tấm trải giường

Q. **take out** the garbage
đi đổ rác

Talk about yourself.

I wash the dishes every day.

I change the sheets every week.

I never dry the dishes.

Share your answers.

1. Who does the housework in your family?

2. What is your favorite cleaning job?

3. What is your least favorite cleaning job?

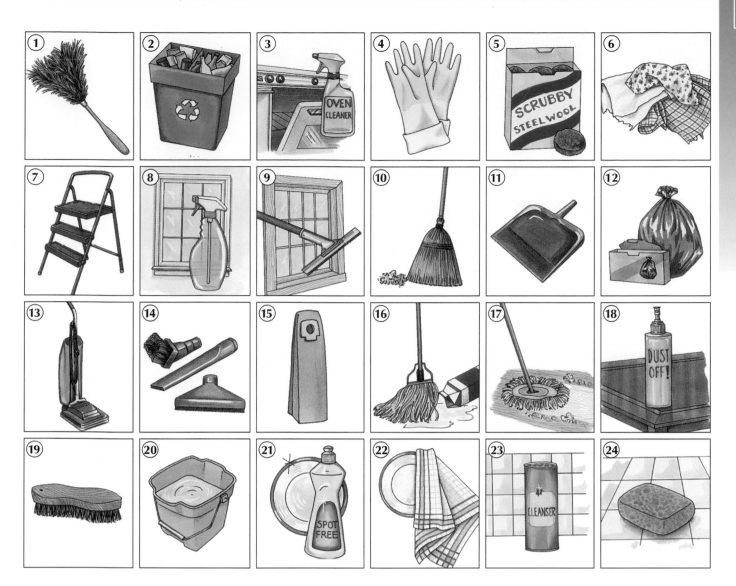

1. feather duster
chổi lông

2. recycling bin
thùng đựng đồ tái chế

3. oven cleaner
thuốc chùi lò

4. rubber gloves
găng cao-su

5. steel-wool soap pads
đồ chùi cọ bằng thép xốp

6. rags
giẻ lau chùi

7. stepladder
thang

8. glass cleaner
thuốc lau kính

9. squeegee
cây lau kính

10. broom
chổi

11. dustpan
đồ hốt rác

12. trash bags
bao rác / túi đựng rác

13. vacuum cleaner
máy hút bụi

14. vacuum cleaner attachments
phụ tùng máy hút bụi

15. vacuum cleaner bag
bao hút bụi

16. wet mop
chổi lau nhà

17. dust mop
chổi lau bụi

18. furniture polish
thuốc đánh bóng bàn ghế

19. scrub brush
bàn chải cọ

20. bucket / pail
thùng

21. dishwashing liquid
xà-phòng nước rửa chén

22. dish towel
khăn lau chén bát

23. cleanser
thuốc lau chùi

24. sponge
miếng xốp

Practice asking for the items.

I want to wash the windows.
Please hand me the squeegee.

I have to sweep the floor.
Can you get me the broom, *please?*

1. The water heater is **not working**.
   Máy nước nóng **không chạy**.

2. The power is **out**.
   Điện bị **cúp**.

3. The roof is **leaking**.
   Mái nhà bị **dột**.

4. The wall is **cracked**.
   Tường nhà bị **nứt**.

5. The window is **broken**.
   Cửa sổ bị **bể**.

6. The lock is **broken**.
   Ổ khóa bị **gẫy**.

7. The steps are **broken**.
   Bậc nhà bị **bể**.

8. roofer
   thợ sửa mái nhà

9. electrician
   thợ điện

10. repair person
    thợ sửa chữa

11. locksmith
    thợ khóa

12. carpenter
    thợ mộc

13. fuse box
    hộp cầu chì

14. gas meter
    máy đo ga

Use the new language.

Look at **Tools and Building Supplies**, pages **150–151**.

Name the tools you use for household repairs.

I use a hammer and nails to fix a broken step.

I use a wrench to repair a dripping faucet.

15. The furnace is **broken**.
   Lò ga bị **hư**.

16. The faucet is **dripping**.
   Vòi nước bị **rỉ**.

17. The sink is **overflowing**.
   Bồn nước bị **tràn**.

18. The toilet is **stopped up**.
   Nhà vệ sinh bị **nghẹt**.

19. The pipes are **frozen**.
   Ống nước bị **đông đá**.

20. plumber
   thợ sửa ống nước

21. exterminator
   thợ trừ gián

Household pests
Vật Hại Trong Nhà

22. termite(s)
   mối

23. flea(s)
   rận

24. ant(s)
   kiến

25. cockroach(es)
   gián

26. mice*
   chuột nhắt

27. rat(s)
   chuột lớn

Note: *one mouse, two mice*

More vocabulary

fix: to repair something that is broken

exterminate: to kill household pests

pesticide: a chemical that is used to kill household pests

Share your answers.

1. Who does household repairs in your home?

2. What is the worst problem a home can have?

3. What is the most expensive problem a home can have?

TODAY
BANANAS 2lb/1.00
BLUEBERRIES 1.99 pint

1. **grapes**
   nho

2. **pineapples**
   thơm (dứa)

3. **bananas**
   chuối

4. **apples**
   táo (bom)

5. **peaches**
   đào

6. **pears**
   lê

7. **apricots**
   mơ

8. **plums**
   mận

9. **grapefruit**
   bưởi

10. **oranges**
    cam

11. **lemons**
    chanh (vàng)

12. **limes**
    chanh (xanh)

13. **tangerines**
    quít

14. **avocadoes**
    bơ

15. **cantaloupes**
    dưa kan-ta-lốp

16. **cherries**
    trái che-ri

17. **strawberries**
    trái dâu (tây)

18. **raspberries**
    trái rát-be-ri

19. **blueberries**
    trái blu-be-ri

20. **papayas**
    đu đủ

21. **mangoes**
    xoài

22. **coconuts**
    dừa

23. **nuts**
    hạt

24. **watermelons**
    dưa hấu

25. **dates**
    chà-là

26. **prunes**
    mận khô

27. **raisins**
    nho khô

28. **not ripe**
    chưa chín

29. **ripe**
    chín

30. **rotten**
    thối

Language note: *a bunch of*

We say *a bunch of grapes* and *a bunch of bananas*.

Share your answers.

1. Which fruits do you put in a fruit salad?

2. Which fruits are sold in your area in the summer?

3. What fruits did you have in your country?

1. lettuce rau xà-lách	**9.** celery cần tây	**17.** scallions hành ske-li-on	**25.** string beans đậu dây / đậu đũa
2. cabbage bắp xú / bắp cải	**10.** parsley rau mùi tây	**18.** eggplants cà tím	**26.** mushrooms nấm
3. carrots cà-rốt	**11.** spinach rau spi-nách	**19.** peas đậu	**27.** corn bắp / ngô
4. zucchini dưa xanh	**12.** cucumbers dưa chuột / dưa leo	**20.** artichokes ác-ti-sô	**28.** onions hành
5. radishes củ cải đỏ	**13.** squash dưa	**21.** potatoes khoai tây	**29.** garlic tỏi
6. beets củ cải	**14.** turnips củ cải	**22.** yams khoai lang	
7. sweet peppers ớt ngọt	**15.** broccoli rau bró-ko-li	**23.** tomatoes cà chua	
8. chili peppers ớt cay	**16.** cauliflower cải hoa, hoa lơ / xúp lơ	**24.** asparagus măng tây	

Language note: *a bunch of, a head of*

We say *a bunch of carrots, a bunch of celery,* and *a bunch of spinach.*

We say *a head of lettuce, a head of cabbage,* and *a head of cauliflower.*

Share your answers.

1. Which vegetables do you eat raw? cooked?

2. Which vegetables need to be in the refrigerator?

3. Which vegetables don't need to be in the refrigerator?

MEAT

Beef   **Bò**

1. roast beef
thịt bò nướng

2. steak
thịt bò bít-tếch

3. stewing beef
thịt bò kho

4. ground beef
bò nghiền

5. beef ribs
sườn bò

6. veal cutlets
sườn bê

7. liver
gan

8. tripe
dạ dày bò

Pork   **Heo**

9. ham
thịt heo nguội

10. pork chops
thịt heo cắt lát

11. bacon
thịt bây-kờn

12. sausage
dồi / xúc xích

Lamb   **Cừu**

13. lamb shanks
thịt cừu có xương

14. leg of lamb
đùi cừu

15. lamb chops
thịt cừu cắt lát

POULTRY

16. chicken
gà

17. turkey
gà tây

18. duck
vịt

19. breasts
ngực / ức

20. wings
cánh

21. thighs
bắp đùi

22. drumsticks
đùi gà / tỏi gà

23. gizzards
mề

24. **raw** chicken
thịt gà **chưa nấu**

25. **cooked** chicken
thịt gà **nấu chín**

More vocabulary

vegetarian: a person who doesn't eat meat
Meat and poultry without bones are called **boneless**.
Poultry without skin is called **skinless**.

Share your answers.

1. What kind of meat do you eat most often?
2. What kind of meat do you use in soup?
3. What part of the chicken do you like the most?

1. white bread
   bánh mì trắng

2. wheat bread
   bánh mì lúa mạch

3. rye bread
   bánh mì lúa mạch đen

4. smoked turkey
   thịt gà tây xông khói

5. salami
   xúc xích Ý

6. pastrami
   thịt dồi

7. roast beef
   thịt bò nướng

8. corned beef
   thịt bò muối

9. American cheese
   phó-mát Mỹ

10. cheddar cheese
    phó-mát vàng

11. Swiss cheese
    phó-mát Thụy-sĩ

12. jack cheese
    phó-mát Jack

13. potato salad
    xà-lách khoai tây

14. coleslaw
    xà-lách kôns-lo

15. pasta salad
    xà-lách mì sợi

Fish   Cá

16. trout
    cá hồi

17. catfish
    cá két-fish

18. whole salmon
    cá xíu-mành nguyên con

19. salmon steak
    cá xíu-mành cắt lát

20. halibut
    cá há-li-but

21. filet of sole
    lát cá sô

Shellfish   Cá có vỏ

22. crab
    cua

23. lobster
    lóbs-tơ / tôm hùm

24. shrimp
    tôm

25. scallops
    ngao

26. mussels
    nghêu xanh

27. oysters
    sò

28. clams
    nghêu sò

29. **fresh** fish
    cá **tươi**

30. **frozen** fish
    cá **đông lạnh**

Practice ordering a sandwich.

I'd like roast beef and American cheese on rye bread.

Tell what you want on it.

Please put tomato, lettuce, onions, and mustard on it.

Share your answers.

1. Do you like to eat fish?
2. Do you buy fresh or frozen fish?

1. **bottle return**
   trả vỏ chai

2. **meat and poultry section**
   khu bán thịt và gà

3. **shopping cart**
   xe đẩy ở chợ

4. **canned goods**
   đồ hộp

5. **aisle**
   lối đi (ở chợ)

6. **baked goods**
   đồ ăn nướng lò

7. **shopping basket**
   giỏ đi chợ

8. **manager**
   quản lý

9. **dairy section**
   khu bán sữa

10. **pet food**
    đồ ăn cho gia-súc nuôi làm cảnh trong nhà

11. **produce section**
    khu bán rau

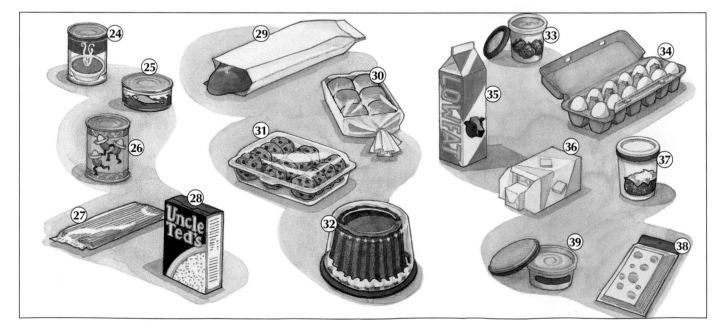

24. **soup**
    xúp

25. **tuna**
    cá tu-na

26. **beans**
    đậu

27. **spaghetti**
    mì spa-ghét-ti

28. **rice**
    gạo

29. **bread**
    bánh mì

30. **rolls**
    bánh mì cục nhỏ

31. **cookies**
    bánh kúk-ki

32. **cake**
    bánh ngọt

33. **yogurt**
    gia-ua (sữa chua)

34. **eggs**
    trứng

35. **milk**
    sữa

36. **butter**
    bơ

37. **sour cream**
    kem chua

38. **cheese**
    phó-mát

39. **margarine**
    ma-gia-rin

12. frozen foods
đồ ăn đông lạnh

13. baking products
đồ ăn nướng

14. paper products
văn phòng phẩm

15. beverages
thức uống

16. snack foods
quà vặt / đồ ăn vặt

17. checkstand
quầy trả tiền

18. cash register
máy tính tiền

19. checker
người kiểm soát

20. line
xếp hàng

21. bagger
người bỏ hàng vào bao

22. paper bag
bao giấy

23. plastic bag
bao plát-tic

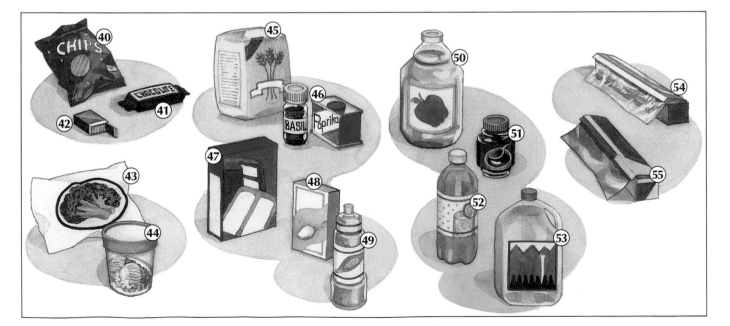

40. potato chips
khoai tây chiên lát mỏng

41. candy bar
thỏi kẹo

42. gum
kẹo cao-su

43. frozen vegetables
rau đông lạnh

44. ice cream
kem / cà-rem

45. flour
bột

46. spices
gia-vị

47. cake mix
bột làm bánh

48. sugar
đường

49. oil
dầu

50. apple juice
nước cốt táo

51. instant coffee
cà-phê pha ngay

52. soda
nước ngọt

53. bottled water
nước đóng chai

54. plastic wrap
giấy plát-tíc để bao

55. aluminum foil
giấy nhôm để bao

1. bottle
chai

2. jar
lọ

3. can
hộp

4. carton
hộp cạc-tông

5. container
đồ đựng

6. box
thùng, hộp

7. bag
bao

8. package
gói / bao

9. six-pack
xách / thùng
có 6 chai / lon

10. loaf
ổ (bánh) mì

11. roll
cuộn

12. tube
ống

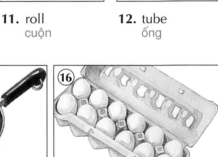

13. a bottle of soda
một chai nước ngọt

14. a jar of jam
một lọ cốt trái cây

15. a can of soup
một lon xúp

16. a carton of eggs
một hộp trứng

17. a container of cottage cheese
một hộp đựng loại phó-mát
mềm, có màu trắng

18. a box of cereal
một hộp ngũ cốc

19. a bag of flour
một bao bột

20. a package of cookies
một gói bánh kúk-ki

21. a six-pack of soda
một xách sô-đa 6 lon

22. a loaf of bread
một ổ bánh mì

23. a roll of paper towels
một cuộn khăn giấy

24. a tube of toothpaste
một ống kem đánh răng

Grammar point: *How much? How many?*

Some foods can be counted: *one apple, two apples.*

How many apples do you need? I need ***two*** apples.

Some foods cannot be counted, like liquids, grains, spices, or dairy foods. For these, count containers: *one box of rice, two boxes of rice.*

How much rice do you need? I need ***two boxes.***

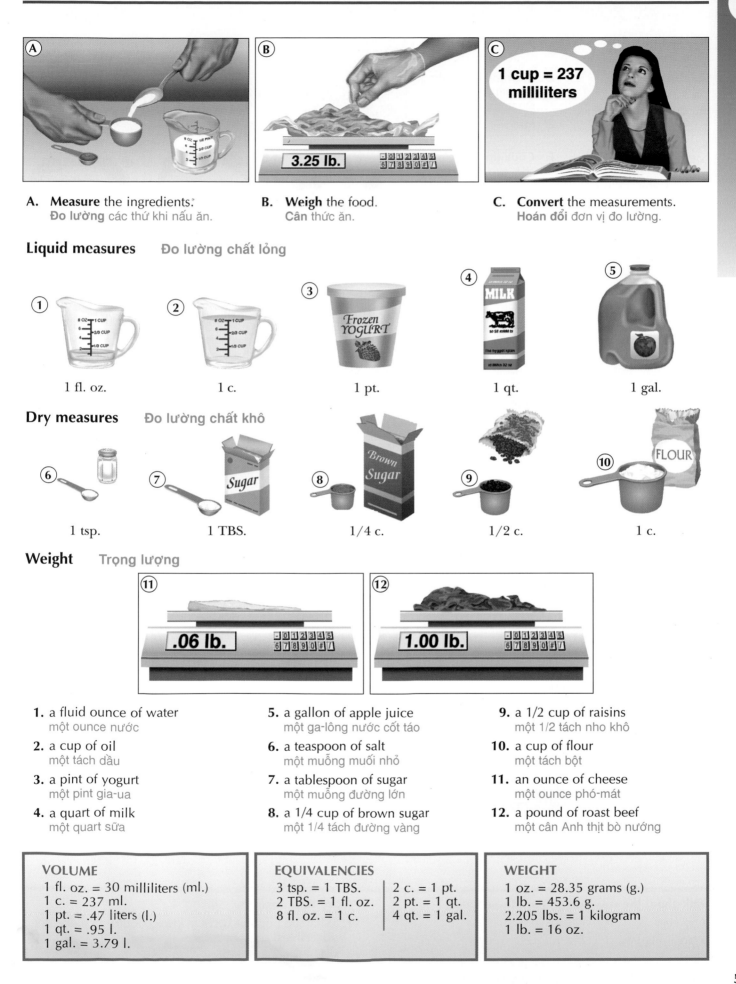

A. **Measure** the ingredients.
Đo lường các thứ khi nấu ăn.

B. **Weigh** the food.
Cân thức ăn.

C. **Convert** the measurements.
Hoán đổi đơn vị đo lường.

1 cup = 237 milliliters

Liquid measures   Đo lường chất lỏng

1. 1 fl. oz.
2. 1 c.
3. 1 pt.
4. 1 qt.
5. 1 gal.

Dry measures   Đo lường chất khô

6. 1 tsp.
7. 1 TBS.
8. 1/4 c.
9. 1/2 c.
10. 1 c.

Weight   Trọng lượng

11. .06 lb.
12. 1.00 lb.

1. a fluid ounce of water
một ounce nước

2. a cup of oil
một tách dầu

3. a pint of yogurt
một pint gia-ua

4. a quart of milk
một quart sữa

5. a gallon of apple juice
một ga-lông nước cốt táo

6. a teaspoon of salt
một muỗng muối nhỏ

7. a tablespoon of sugar
một muỗng đường lớn

8. a 1/4 cup of brown sugar
một 1/4 tách đường vàng

9. a 1/2 cup of raisins
một 1/2 tách nho khô

10. a cup of flour
một tách bột

11. an ounce of cheese
một ounce phó-mát

12. a pound of roast beef
một cân Anh thịt bò nướng

VOLUME
1 fl. oz. = 30 milliliters (ml.)
1 c. = 237 ml.
1 pt. = .47 liters (l.)
1 qt. = .95 l.
1 gal. = 3.79 l.

EQUIVALENCIES
3 tsp. = 1 TBS.	2 c. = 1 pt.
2 TBS. = 1 fl. oz.	2 pt. = 1 qt.
8 fl. oz. = 1 c.	4 qt. = 1 gal.

WEIGHT
1 oz. = 28.35 grams (g.)
1 lb. = 453.6 g.
2.205 lbs. = 1 kilogram
1 lb. = 16 oz.

Food Preparation   Nấu Ăn

Scrambled eggs   Trứng khuấy

A. Break 3 eggs.
Đập 3 trứng.

B. Beat well.
Đánh trứng.

C. Grease the pan.
Tráng dầu trong chảo.

D. Pour the eggs into the pan.
Đổ trứng vào chảo.

E. Stir.
Khuấy, trộn.

F. Cook until done.
Nấu cho đến khi chín.

Vegetable casserole   Rau hấp lò

G. Chop the onions.
Thái hành.

H. Sauté the onions.
Xào hành.

I. Steam the broccoli.
Hấp brók-kô-li.

J. Grate the cheese.
Mài phó-mát.

K. Mix the ingredients.
Trộn các thứ.

L. Bake at 350° for 45 minutes.
Nướng ở 350 độ trong 45 phút.

Chicken soup   Xúp gà

M. Cut up the chicken.
Cắt gà.

N. Peel the carrots.
Lột vỏ cà-rốt.

O. Slice the carrots.
Thái cà-rốt.

P. Boil the chicken.
Luộc gà.

Q. Add the vegetables.
Thêm / đổ rau vào.

R. Simmer for 1 hour.
Ninh trong 1 tiếng đồng hồ.

Five ways to cook chicken   Năm cách nấu gà

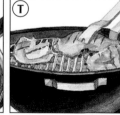

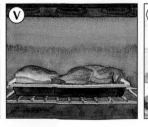

S. fry
chiên

T. barbecue / grill
nướng lò than

U. roast
quay / nướng

V. broil
nướng

W. stir-fry
trộn khi chiên

Talk about the way you prepare these foods.

I *fry* eggs.

I *bake* potatoes.

Share your answers.

1. What are popular ways in your country to make rice? vegetables? meat?

2. What is your favorite way to cook chicken?

1. can opener
   đồ mở hộp

2. grater
   đồ cạo, mài phó-mát

3. plastic storage
   container
   đồ đựng thức ăn bằng
   nhựa

4. steamer
   nồi hấp

5. frying pan
   chảo chiên

6. pot
   nồi

7. ladle
   vá lớn

8. double boiler
   nồi luộc hai tầng

9. wooden spoon
   muỗng gỗ

10. garlic press
    đồ kẹp tỏi

11. casserole dish
    đĩa để hấp lò

12. carving knife
    dao cắt

13. roasting pan
    chảo quay

14. roasting rack
    đồ kẹp để quay

15. vegetable peeler
    đồ lột vỏ

16. paring knife
    dao nhỏ

17. colander
    rổ (để ráo nước)

18. kitchen timer
    đồng hồ để canh giờ
    (trong bếp)

19. spatula
    cây để trở (khi nấu
    trứng...)

20. eggbeater
    cây đánh trứng

21. whisk
    cây để trộn

22. strainer
    lưới lọc

23. tongs
    kẹp gắp

24. lid
    nắp

25. saucepan
    nồi (nấu canh)

26. cake pan
    khay làm bánh (ngọt)

27. cookie sheet
    khay làm bánh kúk-ki

28. pie pan
    khay làm bánh nhân

29. pot holders
    đồ treo nồi

30. rolling pin
    cây cán bột

31. mixing bowl
    tô lớn để trộn

Talk about how to use the utensils.

You use a peeler to peel potatoes.

You use a pot to cook soup.

Use the new language.

Look at **Food Preparation,** page 58.

Name the different utensils you see.

59

Fast Food Thực Đơn Của Quán Đồ Ăn Liền

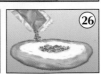

1. hamburger hem-bơ-gơ	**8.** green salad xà-lách xanh	**15.** doughnut bánh đô-nất	**22.** sugar substitute đường (cho người kiêng ăn)
2. french fries khoai tây chiên lát mỏng	**9.** taco bánh tráng ták-kô	**16.** salad bar quầy xà-lách	**23.** ketchup sốt cà chua
3. cheeseburger chiz-bơ-gơ	**10.** nachos bánh tráng nát-chô	**17.** lettuce rau xà-lách	**24.** mustard mù-tạc
4. soda nước sô-đa / nước ngọt	**11.** frozen yogurt gia-ua đông lạnh	**18.** salad dressing nước chan xà-lách	**25.** mayonnaise mây-dô / sốt dầu trứng
5. iced tea nước trà đá	**12.** milk shake sữa sóc	**19.** booth bàn ăn (ngăn thành khu)	**26.** relish gia-vị (cho thịt)
6. hot dog hot dog	**13.** counter quầy	**20.** straw ống hút	**A.** **eat** ăn
7. pizza pí-zà	**14.** muffin bánh mớp-phìn	**21.** sugar đường	**B.** **drink** uống

More vocabulary

donut: doughnut (spelling variation)

condiments: relish, mustard, ketchup, mayonnaise, etc.

Share your answers.

1. What would you order at this restaurant?

2. Which fast foods are popular in your country?

3. How often do you eat fast food? Why?

Breakfast

Lunch

Dinner

Desserts

Beverages

1. **scrambled eggs**
   trứng khuấy

2. **sausage**
   dồi / xúc-xích

3. **toast**
   bánh mì nướng

4. **waffles**
   bánh wháp-phồ

5. **syrup**
   xi-rô

6. **pancakes**
   bánh pen-khết

7. **bacon**
   thịt bây-kân

8. **grilled cheese sandwich**
   bánh mì xăng-wích có phó-mát (được nướng lò)

9. **chef's salad**
   món xà-lách của đầu bếp

10. **soup of the day**
    món xúp trong ngày

11. **mashed potatoes**
    khoai tây tán nhừ

12. **roast chicken**
    gà quay

13. **steak**
    thịt bíp-tếch

14. **baked potato**
    khoai tây nướng (lò)

15. **pasta**
    mì páts-ta

16. **garlic bread**
    bánh mì ướp tỏi

17. **fried fish**
    cá chiên

18. **rice pilaf**
    cơm trộn

19. **cake**
    bánh ngọt

20. **pudding**
    bánh pút-đinh

21. **pie**
    bánh nhân (trái cây)

22. **coffee**
    cà-phê

23. **decaf coffee**
    cà-phê cữ

24. **tea**
    nước trà

Practice ordering from the menu.

I'd like <u>a grilled cheese sandwich</u> and <u>some soup</u>.

I'll have <u>the chef's salad</u> and <u>a cup of decaf coffee</u>.

Use the new language.

Look at **Fruit**, page **50**.

Order a slice of pie using the different fruit flavors.

Please give me a slice of <u>apple</u> pie.

1. hostess
nữ tiếp viên

2. dining room
phòng ăn

3. menu
thực đơn

4. server / waiter
bồi bàn

5. patron / diner
khách ăn / thực khách

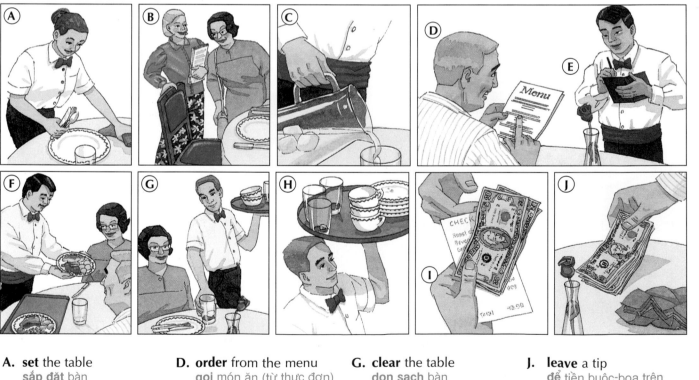

A. **set** the table
sắp đặt bàn

B. **seat** the customer
đặt khách ngồi

C. **pour** the water
pha nước

D. **order** from the menu
gọi món ăn (từ thực đơn)

E. **take** the order
nhận đặt món ăn

F. **serve** the meal
dọn món ăn **ra**

G. **clear** the table
dọn sạch bàn

H. **carry** the tray
bưng khay

I. **pay** the check
trả tiền

J. **leave** a tip
để tiền buộc-boa trên bàn

More vocabulary

eat out: to go to a restaurant to eat

take out: to buy food at a restaurant and take it home
to eat

Practice giving commands.

Please <u>set the table</u>.

I'd like you to <u>clear the table</u>.

It's time to <u>serve the meal</u>.

6. server / waitress
người hầu bàn / nữ chiêu đãi viên

7. dessert tray
khay đét-xe / đồ tráng miệng

8. bread basket
rổ đựng bánh mì

9. busperson
người dọn bàn

10. kitchen
nhà bếp

11. chef
đầu bếp

12. dishroom
phòng chén bát

13. dishwasher
người rửa chén bát

14. place setting
đặt đĩa muỗng vào vị trí

15. dinner plate
đĩa ăn

16. bread-and-butter plate
đĩa bánh mì và bơ

17. salad plate
đĩa xà lách

18. soup bowl
tô xúp

19. water glass
ly nước

20. wine glass
ly rượu

21. cup
tách

22. saucer
đĩa (đựng tách)

23. napkin
khăn ăn

24. salad fork
nĩa để ăn xà-lách

25. dinner fork
nĩa để ăn tối

26. steak knife
dao để cắt bíp-tếch

27. knife
dao

28. teaspoon
muỗng nhỏ

29. soupspoon
muỗng xúp

Talk about how you set the table in your home.

The glass is on the right.

The fork goes on the left.

The napkin is next to the plate.

Share your answers.

1. Do you know anyone who works in a restaurant? What does he or she do?

2. In your opinion, which restaurant jobs are hard? Why?

1. **three-piece suit**
   bộ đồ vét 3 miếng

2. **suit**
   đồ vét

3. **dress**
   áo đầm / đồ đầm

4. **shirt**
   áo sơ-mi

5. **jeans**
   quần dzin

6. **sports coat**
   áo khoác ngoài

7. **turtleneck**
   áo cao cổ

8. **slacks/pants**
   quần dài

9. **blouse**
   áo sơ-mi

10. **skirt**
    váy đầm

11. **pullover sweater**
    áo ấm (chui qua cổ)

12. **T-shirt**
    áo thun

13. **shorts**
    quần đùi

14. **sweatshirt**
    áo (khi tập thể dục)

15. **sweatpants**
    quần (khi tập thể dục)

More vocabulary:

outfit: clothes that look nice together

When clothes are popular, they are **in fashion.**

Talk about what you're wearing today and what you wore yesterday.

I'm wearing <u>a gray sweater</u>, <u>a red T-shirt</u>, and <u>blue jeans</u>.

Yesterday I wore <u>a green pullover sweater</u>, <u>a white shirt</u>, and <u>black slacks</u>.

16. jumpsuit
đồ mặc áo liền quần

17. uniform
đồng phục

18. jumper
áo đầm

19. maternity dress
áo đầm của phụ nữ có thai

20. knit shirt
áo đan len

21. overalls
quần dính liền áo

22. tunic
áo khoác ngoài nhẹ

23. leggings
vớ che đùi

24. vest
áo vét

25. split skirt
váy xẻ

26. sports shirt
áo thể thao

27. cardigan sweater
áo ấm kiểu bảo thủ

28. tuxedo
tực-xí-đô

29. evening gown
áo đầm dạ hội

Use the new language.

Look at **A Graduation**, pages 32–33.

Name the clothes you see.

The man at the podium is wearing a suit.

Share your answers.

1. Which clothes in this picture are in fashion now?

2. Who is the best-dressed person in this line? Why?

3. What do you wear when you go to the movies?

1. hat mũ, nón	**5.** gloves găng tay	**8.** parka áo ấm nhồi bông
2. overcoat áo bành-tô	**6.** cap mũ, nón	**9.** mittens găng tay
3. leather jacket áo da	**7.** jacket áo khoác ngoài	**10.** ski cap mũ đội (đi trượt tuyết)
4. wool scarf / muffler khăn quàng cổ		**11.** tights quần bó

12. earmuffs đồ che tai (cho ấm)	
13. down vest áo vét (nhồi bông)	
14. ski mask mặt nạ trượt tuyết	
15. down jacket áo khoác ngoài (nhồi bông)	

16. umbrella dù, ô	**20.** trench coat áo tơi khoác ngoài	**24.** windbreaker áo khoác ngoài (bằng ni-lông nhẹ)
17. raincoat áo mưa	**21.** sunglasses kính râm	**25.** cover-up áo choàng ngoài (khi mặc đồ tắm)
18. poncho áo choàng che mưa	**22.** swimming trunks quần tắm	**26.** swimsuit / bathing suit đồ tắm
19. rain boots giầy ống đi mưa	**23.** straw hat mũ rơm	**27.** baseball cap mũ lưỡi trai

Use the new language.

Look at **Weather**, page **10**.

Name the clothing for each weather condition.

Wear a jacket when it's windy.

Share your answers.

1. Which is better in the rain, an umbrella or a poncho?
2. Which is better in the cold, a parka or a down jacket?
3. Do you have more summer clothes or winter clothes?

1. **leotard**
   đồ thun sát người

2. **tank top**
   áo lót sát nách

3. **bike shorts**
   quần đùi đua xe đạp

4. **pajamas**
   đồ pi-da-ma / bộ đồ ngủ

5. **nightgown**
   áo ngủ

6. **slippers**
   dép

7. **blanket sleeper**
   khăn trùm

8. **bathrobe**
   áo khoác ngoài
   (khi tắm ra)

9. **nightshirt**
   áo mặc ngủ

10. **undershirt**
    áo lót

11. **long underwear**
    đồ lót dài

12. **boxer shorts**
    quần đùi kiểu đánh bốc

13. **briefs**
    quần lót / si-líp

14. **athletic supporter / jockstrap**
    quần lót (bảo hộ) thể thao

15. **socks**
    vớ, tất ngắn

16. **(bikini) panties**
    quần lót nhỏ

17. **briefs / underpants**
    quần lót bó sát / si-líp

18. **girdle**
    quần lót ngắn

19. **garter belt**
    nịt trong (khi mặc váy)

20. **bra**
    nịt ngực

21. **camisole**
    áo lót mỏng

22. **full slip**
    áo lót dài

23. **half slip**
    váy lót ngắn

24. **knee-highs**
    vớ cao đến gối

25. **kneesocks**
    vớ cao đến gối

26. **stockings**
    vớ, tất dài

27. **pantyhose**
    vớ lót

More vocabulary

lingerie: underwear or sleepwear for women

loungewear: clothing (sometimes sleepwear) people wear around the home

Share your answers.

1. What do you wear when you exercise?

2. What kind of clothing do you wear for sleeping?

1. salesclerk
   nhân viên bán hàng

2. suspenders
   nịt áo (choàng vai)

3. shoe department
   khu bán giầy

4. silk scarves*
   khăn quàng lụa

5. hats
   mũ, nón

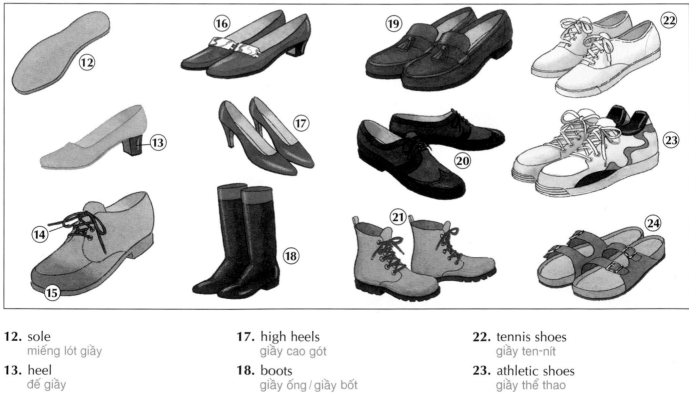

12. sole
    miếng lót giầy

13. heel
    đế giầy

14. shoelace
    dây giầy

15. toe
    ngón chân

16. pumps
    giầy thấp

17. high heels
    giầy cao gót

18. boots
    giầy ống / giầy bốt

19. loafers
    giầy nhẹ

20. oxfords
    giầy cứng

21. hiking boots
    giầy đi núi

22. tennis shoes
    giầy ten-nít

23. athletic shoes
    giầy thể thao

24. sandals
    xăng-đan

*Note: one scarf, two scarves

Talk about the shoes you're wearing today.

I'm wearing a pair of <u>white sandals</u>.

Practice asking a salesperson for help.

Could I try on these <u>sandals</u> in size <u>10</u>?

Do you have any <u>silk scarves</u>?

Where are <u>the hats</u>?

6. purses / handbags
ví, bóp cầm tay

7. display case
kệ trưng bầy

8. jewelry
đồ nữ trang

9. necklaces
dây chuyền

10. ties
cà-vạt

11. belts
dây nịt / thắt lưng

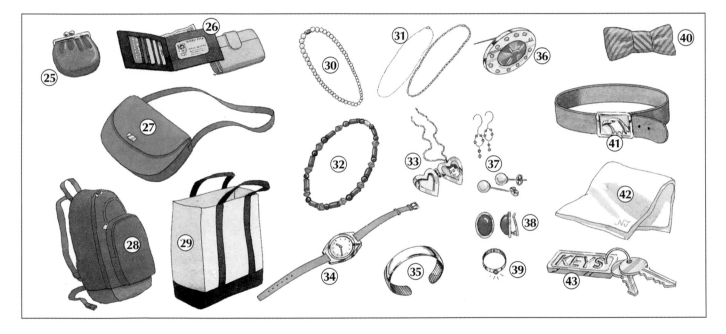

25. change purse
ví, bóp đựng tiền lẻ

26. wallet
ví, bóp

27. shoulder bag
ví đeo vai

28. backpack / bookbag
cặp đeo sau lưng

29. tote bag
túi xách tay

30. string of pearls
chuỗi ngọc trai

31. chain
dây chuyền

32. beads
hột (nhận)

33. locket
mặt (dây chuyền)

34. (wrist) watch
đồng hồ đeo tay

35. bracelet
lắc đeo tay

36. pin
khuy đeo

37. pierced earrings
đồ đeo tai (có lỗ)

38. clip-on earrings
đồ đeo tai (để kẹp)

39. ring
nhẫn

40. bow tie
nơ đeo cổ

41. belt buckle
khóa dây thắt lưng

42. handkerchief
khăn tay / mùi-soa

43. key chain
chùm chìa khóa

Share your answers.

1. Which of these accessories are usually worn by women? by men?

2. Which of these do you wear every day?

3. Which of these would you wear to a job interview? Why?

4. Which accessory would you like to receive as a present? Why?

69

Describing Clothes   Mô-Tả Y-Phục

Sizes   Cỡ

1. extra small
   rất nhỏ

2. small
   nhỏ

3. medium
   trung bình

4. large
   lớn

5. extra large
   rất lớn

Patterns   Kiểu

6. solid green
   xanh lá cây đậm

7. striped
   có sọc

8. polka-dotted
   điểm lấm chấm

9. plaid
   sọc ô vuông

10. print
    in

11. checked
    có hình mặt bàn cờ

12. floral
    có hoa / bông

13. paisley
    hình cong

Types of material   Các Loại Nguyên Liệu

14. **wool** sweater
    áo ấm bằng **len**

15. **silk** scarf
    khăn quàng **lụa**

16. **cotton** T-shirt
    áo ngắn tay bằng **vải**

17. **linen** jacket
    áo **vải lanh**

18. **leather** boots
    giầy ống **bằng da**

19. **nylon** stockings*
    vớ **ny-lông**

Problems   Vấn Đề

20. too small
    quá nhỏ

21. too big
    quá lớn

22. stain
    ố

23. rip / tear
    rách, sờn

24. **broken** zipper
    hư phẹc-mơ-tuya

25. **missing** button
    mất nút

*Note: Nylon, polyester, rayon, and plastic are synthetic materials.

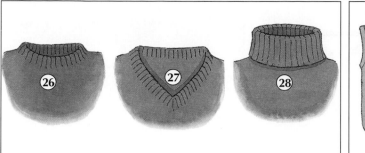

26. **crewneck** sweater
áo ấm **cổ tròn**

27. **V-neck** sweater
áo ấm **cổ chữ V**

28. **turtleneck** sweater
áo ấm **cổ đứng**

29. **sleeveless** shirt
áo sơ-mi **không tay**

30. **short-sleeved** shirt
áo sơ-mi **ngắn tay**

31. **long-sleeved** shirt
áo sơ-mi **dài tay**

32. **new** shoes
giầy **mới**

33. **old** shoes
giầy **cũ**

34. **long** skirt
váy **dài**

35. **short** skirt
váy **ngắn**

36. **formal** dress
đồ mặc **đứng đắn** (theo nghi thức)

37. **casual** dress
đồ mặc **xuyềnh xoàng** (không theo nghi thức)

38. **plain** blouse
áo **đơn sơ**

39. **fancy** blouse
áo **hoa hòe**

40. **light** jacket
áo khoác ngoài **nhẹ**

41. **heavy** jacket
áo khoác ngoài **nặng**

42. **loose** pants / **baggy** pants
quần rộng **thùng thình**

43. **tight** pants
quần **bó sát**

44. **wide** tie
cà-vạt **to bản**

45. **narrow** tie
cà-vạt **nhỏ bản**

46. **low** heels
giầy **thấp** gót

47. **high** heels
giầy **cao** gót

Talk about yourself.

I like _long-sleeved_ shirts and _baggy_ pants.

I like _short skirts_ and _high heels_.

I usually wear _plain_ clothes.

Share your answers.

1. What type of material do you usually wear in the summer? in the winter?

2. What patterns do you see around you?

3. Are you wearing casual or formal clothes?

Doing the Laundry   Giặt Đồ

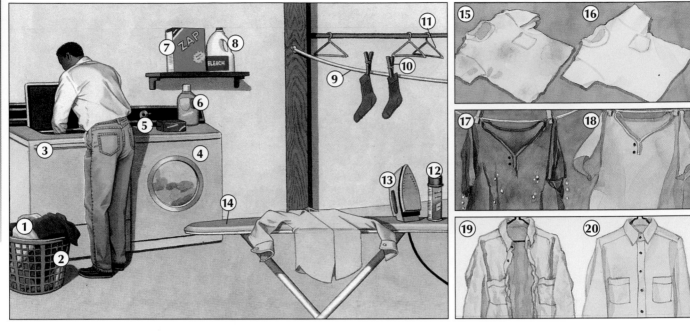

1. **laundry**
   giặt

2. **laundry basket**
   rổ giặt

3. **washer**
   máy giặt

4. **dryer**
   máy sấy

5. **dryer sheets**
   giấy bỏ vào máy sấy

6. **fabric softener**
   thuốc làm mềm quần áo

7. **laundry detergent**
   bột giặt

8. **bleach**
   thuốc tẩy

9. **clothesline**
   dây phơi đồ

10. **clothespin**
    cái kẹp đồ

11. **hanger**
    móc treo đồ

12. **spray starch**
    hồ để xịt

13. **iron**
    bàn ủi

14. **ironing board**
    bàn để ủi

15. **dirty** T-shirt
    áo **dơ**

16. **clean** T-shirt
    áo **sạch**

17. **wet** T-shirt
    áo **ướt**

18. **dry** T-shirt
    áo **khô**

19. **wrinkled** shirt
    áo bị **nhăn**

20. **ironed** shirt
    áo đã **ủi**

A. **Sort** the laundry.
   Lựa đồ giặt.

B. **Add** the detergent.
   Thêm bột giặt / bỏ bột giặt vào.

C. **Load** the washer.
   Bỏ đồ **vào** máy giặt.

D. **Clean** the lint trap.
   Chùi lưới giữ bụi.

E. **Unload** the dryer.
   Lấy đồ từ máy sấy **ra**.

F. **Fold** the laundry.
   Xếp đồ.

G. **Iron** the clothes.
   Ủi đồ.

H. **Hang up** the clothes.
   Treo đồ.

More vocabulary

dry cleaners: a business that cleans clothes using chemicals, not water and detergent

 wash in cold water only

 no bleach

line dry

dry-clean only, do not wash

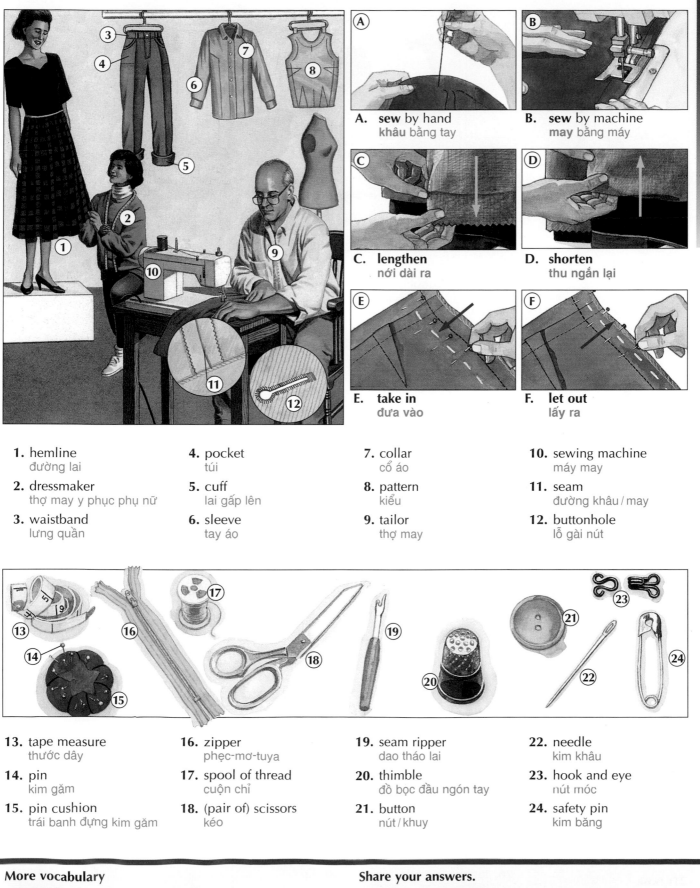

A. **sew** by hand
khâu bằng tay

B. **sew** by machine
may bằng máy

C. **lengthen**
nới dài ra

D. **shorten**
thu ngắn lại

E. **take in**
đưa vào

F. **let out**
lấy ra

1. hemline
đường lai

2. dressmaker
thợ may y phục phụ nữ

3. waistband
lưng quần

4. pocket
túi

5. cuff
lai gấp lên

6. sleeve
tay áo

7. collar
cổ áo

8. pattern
kiểu

9. tailor
thợ may

10. sewing machine
máy may

11. seam
đường khâu / may

12. buttonhole
lỗ gài nút

13. tape measure
thước dây

14. pin
kim găm

15. pin cushion
trái banh đựng kim găm

16. zipper
phẹc-mơ-tuya

17. spool of thread
cuộn chỉ

18. (pair of) scissors
kéo

19. seam ripper
dao tháo lai

20. thimble
đồ bọc đầu ngón tay

21. button
nút / khuy

22. needle
kim khâu

23. hook and eye
nút móc

24. safety pin
kim băng

More vocabulary

pattern maker: a person who makes patterns

garment worker: a person who works in a clothing factory

fashion designer: a person who makes original clothes

Share your answers.

1. Do you know how to use a sewing machine?

2. Can you sew by hand?

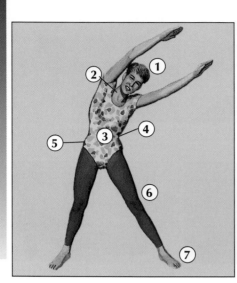

1. head
   đầu

2. neck
   cổ

3. abdomen
   bụng

4. waist
   vòng bụng

5. hip
   hông

6. leg
   cẳng chân

7. foot
   bàn chân

8. hand
   tay / bàn tay

9. arm
   cánh tay

10. shoulder
   vai

11. back
   lưng

12. buttocks
   mông

13. chest
   ngực

14. breast
   vú

15. elbow
   khuỷu tay

16. thigh
   bắp vế / đùi

17. knee
   đầu gối

18. calf
   bắp chân

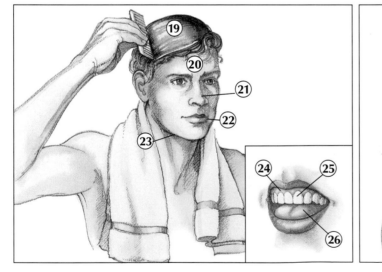

The face
Mặt

19. hair
   tóc

20. forehead
   trán

21. nose
   mũi

22. mouth
   miệng / mồm

23. jaw
   hàm

24. gums
   lợi

25. teeth
   răng

26. tongue
   lưỡi

27. eye
   mắt

28. ear
   tai

29. cheek
   gò má

30. lip
   môi

31. chin
   cằm

32. eyebrow
   lông mày

33. eyelid
   mí mắt

34. eyelashes
   lông mi

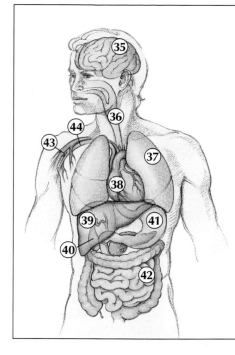

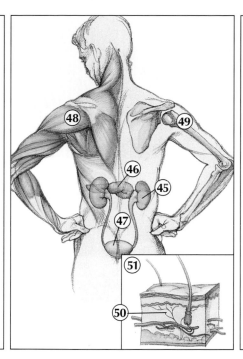

Inside the body
Bên Trong Cơ Thể

35. brain
óc

36. throat
cổ họng

37. lung
phổi

38. heart
tim

39. liver
gan

40. gallbladder
túi mật

41. stomach
bao tử / dạ dầy

42. intestines
ruột

43. artery
mạch máu

44. vein
gân máu

45. kidney
thận

46. pancreas
tuyến tụy

47. bladder
bàng quang / bọng đái

48. muscle
bắp thịt

49. bone
xương

50. nerve
dây thần kinh

51. skin
da

The skeleton
Bộ Xương

52. skull
xương sọ

53. rib cage
giàn xương sườn

54. spinal column
giàn xương lưng / cột
xương sống

55. pelvis
xương chậu

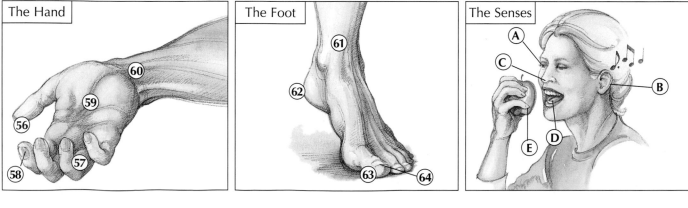

56. thumb
ngón cái

57. fingers
ngón tay

58. fingernail
móng tay

59. palm
gan bàn tay

60. wrist
cổ tay

61. ankle
mắt cá chân

62. heel
gót chân

63. toe
ngón chân

64. toenail
móng chân

A. see
thấy

B. hear
nghe

C. smell
ngửi

D. taste
nếm

E. touch
rờ

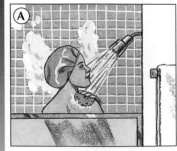

A. **take** a shower
tắm (vòi sen)

B. **bathe / take** a bath
tắm (bồn tắm)

C. **use** deodorant
thoa thuốc trị hôi

D. **put on** sunscreen
thoa dầu chống nắng

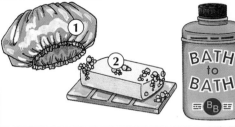

1. shower cap
   mũ che tóc khi tắm

2. soap
   xà-phòng / xà bông

3. bath powder / talcum powder
   bột phấn

4. deodorant
   thuốc trị hôi

5. perfume / cologne
   nước hoa / dầu thơm

6. sunscreen
   dầu chống nắng

7. body lotion
   kem thoa người

8. moisturizer
   kem dưỡng da

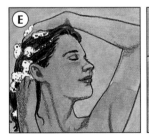

E. **wash**…hair
gội tóc …

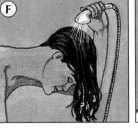

F. **rinse**…hair
xối / rửa tóc …

G. **comb**…hair
chải tóc …

H. **dry**…hair
sấy tóc …

I. **brush**…hair
chải tóc …

9. shampoo
   thuốc gội đầu

10. conditioner
    thuốc dưỡng tóc

11. hair gel
    keo thoa tóc

12. hair spray
    keo xịt tóc

13. comb
    lược

14. brush
    lược kiểu bàn chải

15. curling iron
    cây cuộn tóc

16. blow dryer
    máy sấy tóc

17. hair clip
    cái kẹp tóc

18. barrette
    kẹp tóc

19. bobby pins
    kẹp tóc

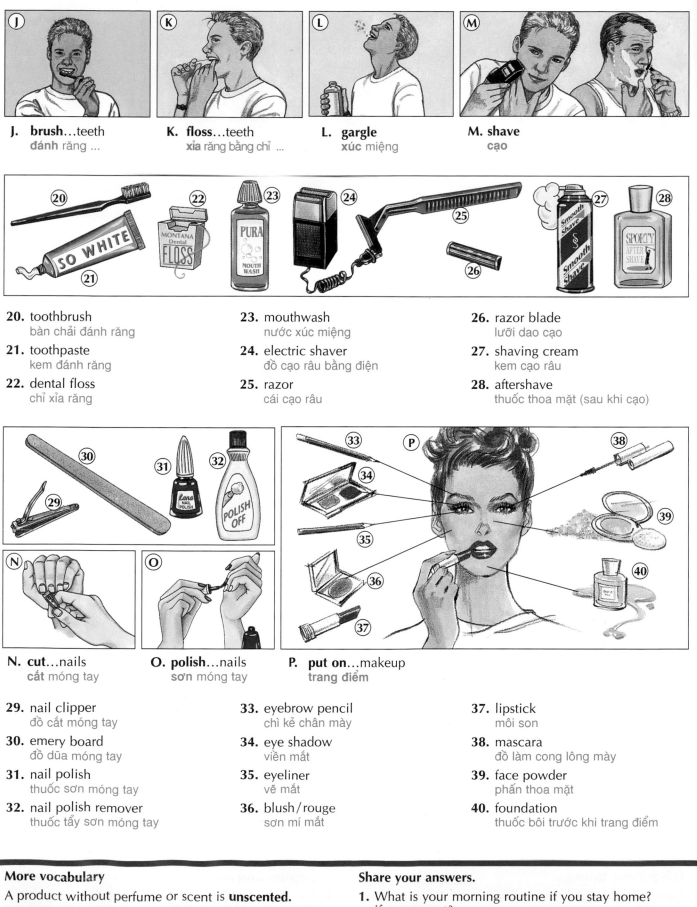

J. brush…teeth
đánh răng …

K. floss…teeth
xỉa răng bằng chỉ …

L. gargle
xúc miệng

M. shave
cạo

20. toothbrush
bàn chải đánh răng

21. toothpaste
kem đánh răng

22. dental floss
chỉ xỉa răng

23. mouthwash
nước xúc miệng

24. electric shaver
đồ cạo râu bằng điện

25. razor
cái cạo râu

26. razor blade
lưỡi dao cạo

27. shaving cream
kem cạo râu

28. aftershave
thuốc thoa mặt (sau khi cạo)

N. cut…nails
cắt móng tay

O. polish…nails
sơn móng tay

P. put on…makeup
trang điểm

29. nail clipper
đồ cắt móng tay

30. emery board
đồ dũa móng tay

31. nail polish
thuốc sơn móng tay

32. nail polish remover
thuốc tẩy sơn móng tay

33. eyebrow pencil
chì kẻ chân mày

34. eye shadow
viền mắt

35. eyeliner
vẽ mắt

36. blush / rouge
sơn mí mắt

37. lipstick
môi son

38. mascara
đồ làm cong lông mày

39. face powder
phấn thoa mặt

40. foundation
thuốc bôi trước khi trang điểm

More vocabulary

A product without perfume or scent is **unscented.**

A product that is better for people with allergies is
hypoallergenic.

Share your answers.

1. What is your morning routine if you stay home?
if you go out?

2. Do women in your culture wear makeup? How old
are they when they begin to use it?

1. **headache**
   đau đầu / nhức đầu

2. **toothache**
   đau răng

3. **earache**
   đau tai

4. **stomachache**
   đau bụng

5. **backache**
   đau lưng

6. **sore throat**
   đau cổ

7. **nasal congestion**
   nghẹt mũi

8. **fever / temperature**
   sốt / có nhiệt độ cao

9. **chills**
   lạnh

10. **rash**
    nổi phong

A. **cough**
   ho

B. **sneeze**
   hắt hơi

C. **feel** dizzy
   cảm thấy chóng mặt

D. **feel** nauseous
   cảm thấy buồn nôn

E. **throw up / vomit**
   nôn / mửa

 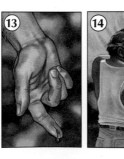 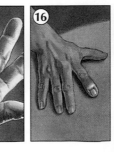 

11. **insect bite**
    vết côn trùng cắn

12. **bruise**
    bầm

13. **cut**
    bị cắt / bị đứt

14. **sunburn**
    cháy nắng

15. **blister**
    phù và chảy nước

16. **swollen** finger
    ngón tay **bị sưng**

17. **bloody** nose
    chảy máu mũi

18. **sprained** ankle
    trật cổ chân

Use the new language.

Look at **Health Care**, pages **80–81**.

Tell what medication or treatment you would use for each health problem.

Share your answers.

1. For which problems would you go to a doctor? use medication? do nothing?

2. What do you do for a sunburn? for a headache?

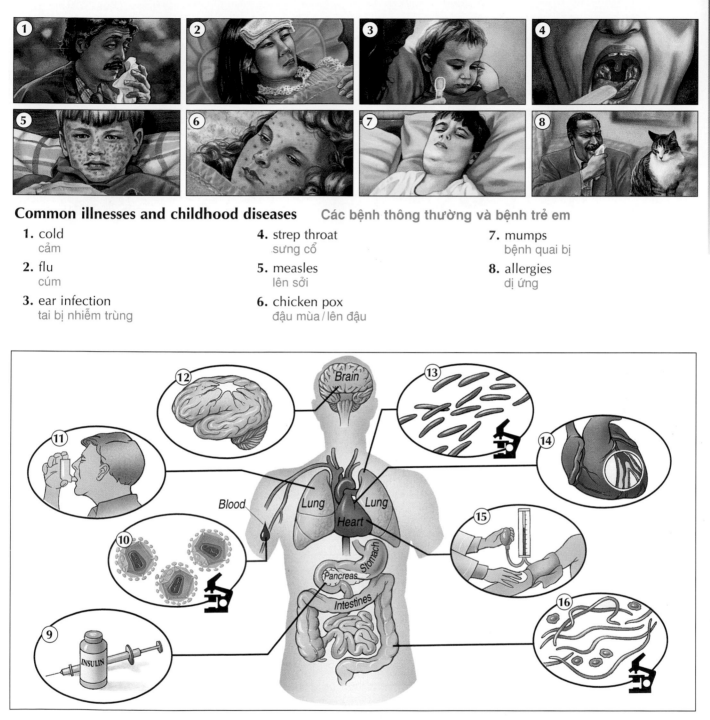

Common illnesses and childhood diseases   Các bệnh thông thường và bệnh trẻ em

1. cold
   cảm

2. flu
   cúm

3. ear infection
   tai bị nhiễm trùng

4. strep throat
   sưng cổ

5. measles
   lên sởi

6. chicken pox
   đậu mùa / lên đậu

7. mumps
   bệnh quai bị

8. allergies
   dị ứng

Medical conditions and serious diseases   Tình trạng sức khỏe và các bệnh trầm trọng

9. diabetes
   bệnh đái đường

10. HIV (human immunodeficiency virus)
    HIV / vi khuẩn mất tính nhiễm tính

11. asthma
    suyễn

12. brain cancer
    ung thư óc

13. TB (tuberculosis)
    bệnh lao phổi

14. heart disease
    bệnh tim

15. high blood pressure
    bệnh áp huyết cao

16. intestinal parasites
    bệnh giun sán

More vocabulary

AIDS (acquired immunodeficiency syndrome): a medical condition that results from contracting the HIV virus

influenza: flu

hypertension: high blood pressure

infectious disease: a disease that is spread through air or water

Share your answers.

Which diseases on this page are infectious?

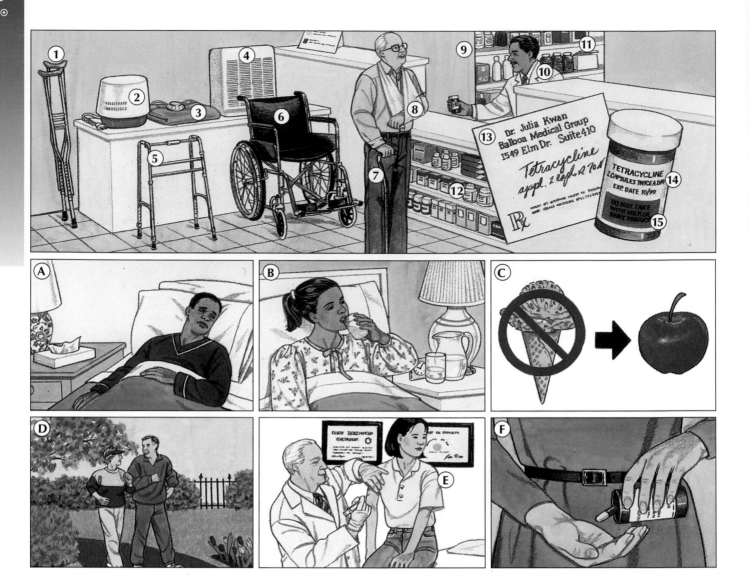

1. crutches
   nạng

2. humidifier
   máy tăng độ ẩm

3. heating pad
   tấm giữ độ nóng / túi chườm nóng

4. air purifier
   máy lọc không khí

5. walker
   cây chống (để đi)

6. wheelchair
   xe lăn

7. cane
   gậy

8. sling
   giây đeo (khi bó bột)

9. pharmacy
   nhà thuốc tây

10. pharmacist
    dược sĩ

11. prescription medication
    thuốc do bác sĩ cho toa

12. over-the-counter medication
    thuốc mua không cần bác sĩ cho toa

13. prescription
    toa thuốc

14. prescription label
    nhãn hiệu toa thuốc

15. warning label
    nhãn hiệu cảnh cáo

A. **Get** bed rest.
   Nằm nghỉ.

B. **Drink** fluids.
   Uống nước.

C. **Change** your diet.
   Đổi lối ăn.

D. **Exercise.**
   Tập thể dục.

E. **Get** an injection.
   Chích thuốc.

F. **Take** medicine.
   Uống thuốc.

More vocabulary

dosage: how much medicine you take and how many times a day you take it

expiration date: the last day the medicine can be used

treatment: something you do to get better

Staying in bed, drinking fluids, and getting physical therapy are treatments.

An injection that stops a person from getting a serious disease is called **an immunization** or **a vaccination.**

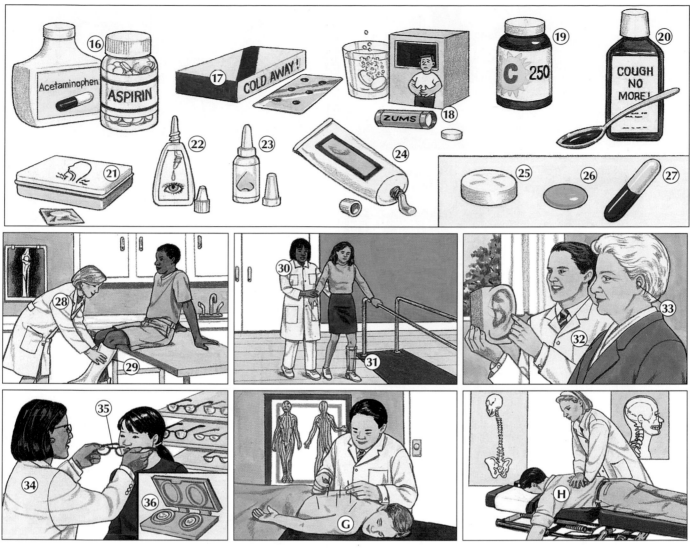

16. pain reliever
    thuốc giảm đau

17. cold tablets
    thuốc cảm

18. antacid
    thuốc giảm độ acid

19. vitamins
    sinh tố

20. cough syrup
    thuốc ho (nước)

21. throat lozenges
    thuốc ngậm ho

22. eyedrops
    thuốc nhỏ mắt

23. nasal spray
    thuốc xịt mũi

24. ointment
    kem thoa ngoài da

25. tablet
    thuốc viên

26. pill
    thuốc viên

27. capsule
    thuốc viên

28. orthopedist
    chuyên viên chỉnh hình

29. cast
    băng bột / bó bột

30. physical therapist
    chuyên viên vật lý trị liệu

31. brace
    niềng (để giữ)

32. audiologist
    chuyên viên về tai

33. hearing aid
    máy nghe

34. optometrist
    chuyên viên nhãn khoa

35. (eye)glasses
    mắt kiếng

36. contact lenses
    mắt kiếng đeo tròng mắt

G. **Get** acupuncture.
   Được châm cứu.

H. **Go** to a chiropractor.
   Đi gặp chuyên viên chỉnh xương.

Share your answers.

1. What's the best treatment for a headache? a sore throat? a stomachache? a fever?

2. Do you think vitamins are important? Why or why not?

3. What treatments are popular in your culture?

A. **be injured / be hurt**
bị thương

B. **be** unconscious
bị bất tỉnh

C. **be** in shock
bị kinh hoàng

D. **have** a heart attack
bị đau tim

E. **have** an allergic reaction
bị dị ứng

F. **get** an electric shock
bị điện giật

G. **get** frostbite
bị băng cóng

H. **burn** (your)self
bị **bỏng**

I. **drown**
chết đuối

J. **swallow** poison
uống phải chất độc

K. **overdose** on drugs
dùng thuốc **quá độ**

L. **choke**
nghẹt thở

M. **bleed**
chảy máu

N. **can't breathe**
không thở được

O. **fall**
té / ngã

P. **break** a bone
gãy xương

Grammar point: past tense

burn	—	burned	choke	—	choked	bleed	—	bled
drown	—	drowned	be	—	was, were	can't	—	couldn't
swallow	—	swallowed	have	—	had	fall	—	fell
overdose	—	overdosed	get	—	got	break	—	broke

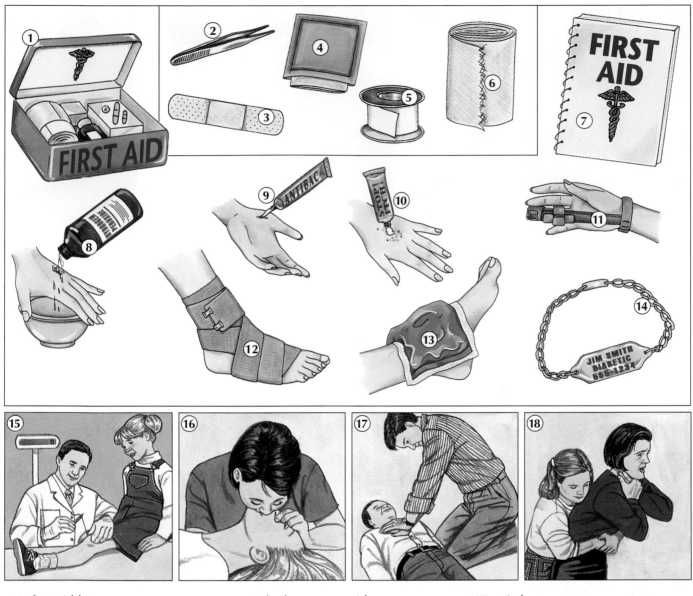

1. **first aid kit**
   thùng cấp cứu / đồ cứu thương

2. **tweezers**
   cái nhíp

3. **adhesive bandage**
   băng dán

4. **sterile pad**
   băng khử trùng

5. **tape**
   băng dán

6. **gauze**
   băng quấn

7. **first aid manual**
   cẩm nang cấp cứu

8. **hydrogen peroxide**
   thuốc khử trùng

9. **antibacterial ointment**
   kem khử trùng

10. **antihistamine cream**
    kem giảm đau

11. **splint**
    băng chỉnh xương

12. **elastic bandage**
    băng quấn

13. **ice pack**
    bao đá lạnh

14. **medical emergency bracelet**
    vòng đeo tay y-tế

15. **stitches**
    vết khâu

16. **rescue breathing**
    làm cho thở lại

17. **CPR (cardiopulmonary resuscitation)**
    hô-hấp nhân tạo

18. **Heimlich maneuver**
    cách trị nghẹn thở Heimlich

Important Note: Only people who are properly trained should give stitches or do CPR.

Share your answers.

1. Do you have a First Aid kit in your home? Where can you buy one?

2. When do you use hydrogen peroxide? an elastic support bandage? antihistamine cream?

3. Do you know first aid? Where did you learn it?

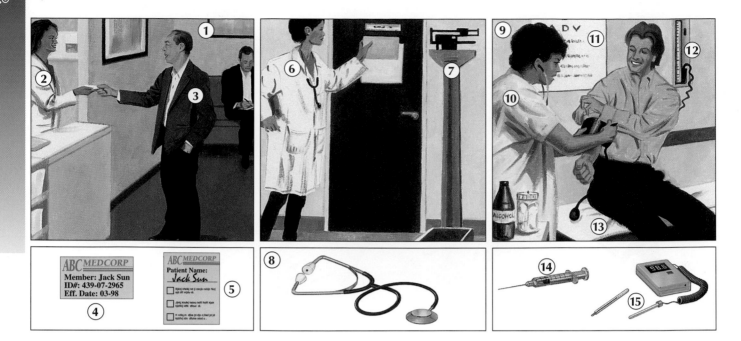

Medical clinic   Y viện

1. waiting room
   phòng đợi

2. receptionist
   nhân viên tiếp dẫn

3. patient
   bệnh nhân

4. insurance card
   thẻ bảo hiểm

5. insurance form
   đơn bảo hiểm / tờ khai bảo hiểm

6. doctor
   bác sĩ

7. scale
   cân

8. stethoscope
   ống nghe

9. examining room
   phòng khám bệnh

10. nurse
    y-tá

11. eye chart
    bảng chữ để thử mắt

12. blood pressure gauge
    máy đo áp huyết

13. examination table
    bàn khám bệnh

14. syringe
    ống chích

15. thermometer
    nhiệt kế

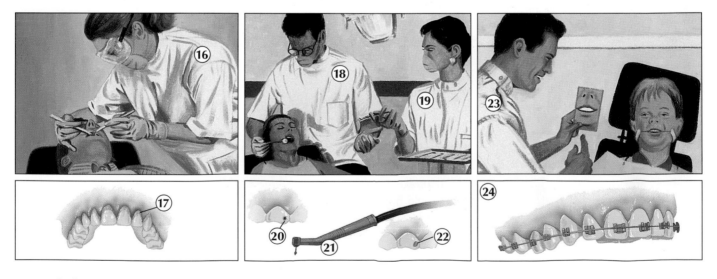

Dental clinic   Phòng Chữa Răng

16. dental hygienist
    nhân viên chùi răng

17. tartar
    cáu răng

18. dentist
    nha sĩ

19. dental assistant
    nhân viên trợ tá nha khoa

20. cavity
    sâu răng

21. drill
    khoan

22. filling
    trám răng

23. orthodontist
    nha sĩ chỉnh răng

24. braces
    niềng răng

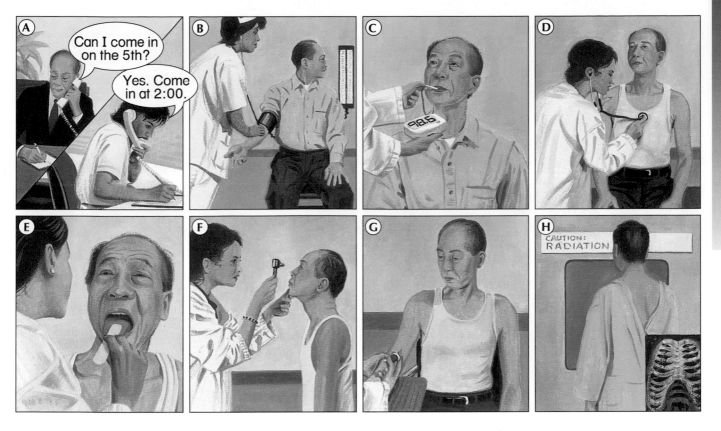

A. **make** an appointment
lấy hẹn

B. **check**…blood pressure
đo áp-huyết

C. **take**…temperature
đo thân nhiệt

D. **listen** to…heart
nghe tim đập

E. **look** in…throat
nhìn vào cổ

F. **examine**…eyes
khám mắt

G. **draw**…blood
lấy máu

H. **get** an X ray
chụp quang tuyến

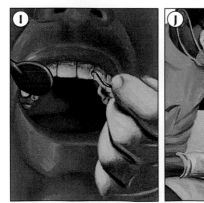
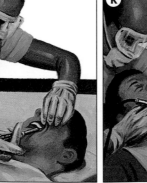
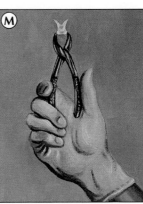

I. **clean**…teeth
chùi răng

J. **give**…a shot of anesthetic
chích thuốc tê

K. **drill** a tooth
khoan răng

L. **fill** a cavity
trám răng sâu

M. **pull** a tooth
nhổ răng

More vocabulary

get a checkup: to go for a medical exam

extract a tooth: to pull out a tooth

Share your answers.

1. What is the average cost of a medical exam in your area?

2. Some people are nervous at the dentist's office. What can they do to relax?

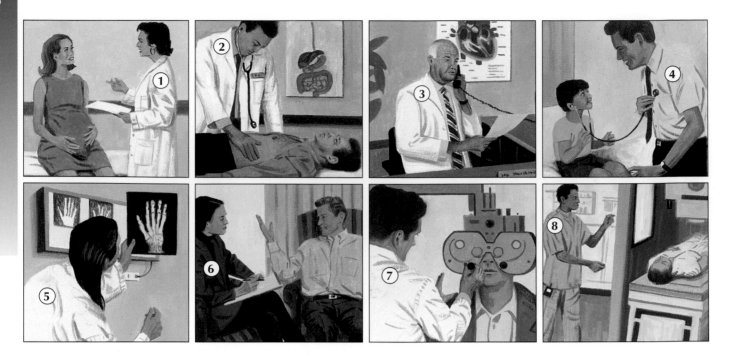

Hospital staff   Nhân viên bệnh viện

1. obstetrician
bác sĩ sản khoa

2. internist
bác sĩ nội thương

3. cardiologist
bác sĩ về tim

4. pediatrician
bác sĩ nhi khoa

5. radiologist
chuyên viên quang tuyến

6. psychiatrist
bác sĩ tâm thần

7. ophthalmologist
bác sĩ nhãn khoa

8. X-ray technician
nhân viên quang tuyến

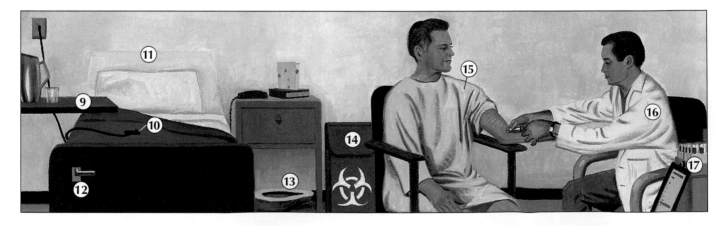

Patient's room   Phòng bệnh nhân

9. bed table
bàn bên giường

10. call button
nút bấm để gọi

11. hospital bed
giường bệnh viện

12. bed control
bộ phận điều khiển giường

13. bedpan
thau để bên giường

14. medical waste disposal
thùng rác bệnh viện

15. hospital gown
áo bệnh viện

16. lab technician
nhân viên phòng thí nghiệm

17. blood work / blood test
thử máu

More vocabulary

nurse practitioner: a nurse licensed to give medical exams

specialist: a doctor who only treats specific medical problems

gynecologist: a specialist who examines and treats women

nurse midwife: a nurse practitioner who examines pregnant women and delivers babies

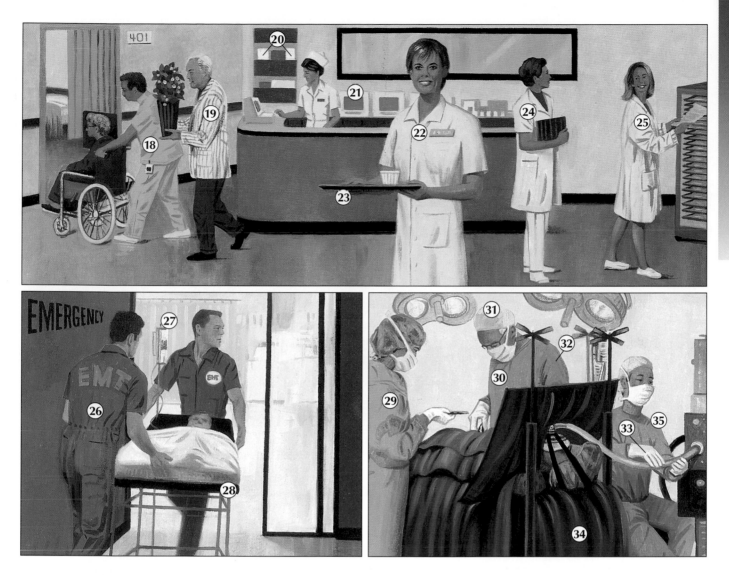

Nurse's station
Trạm Y Tá

18. orderly
nhân viên trực

19. volunteer
tình nguyện viên

20. medical charts
y-đồ

21. vital signs monitor
máy theo dõi dấu hiệu sống

22. RN (registered nurse)
y-tá có bằng chuyên khoa

23. medication tray
khay thuốc

24. LPN (licensed practical nurse)/
LVN (licensed vocational nurse)
y-tá thực tập

25. dietician
nhân viên về kiêng ăn

Emergency room
Phòng Cấp Cứu

26. emergency medical technician
(EMT)
nhân viên phòng cấp cứu

27. IV (intravenous drip)
chuyền huyết thanh

28. stretcher/gurney
băng ca

Operating room
Phòng giải-phẫu

29. surgical nurse
y-tá giải phẫu

30. surgeon
bác sĩ giải phẫu

31. surgical cap
mũ đội khi giải phẫu

32. surgical gown
áo choàng khi giải phẫu

33. latex gloves
găng tay cao su/nhựa

34. operating table
bàn giải phẫu

35. anesthesiologist
chuyên viên gây mê

Practice asking for the hospital staff.

Please get the nurse. I have a question for her.
Where's the anesthesiologist? I need to talk to her.
I'm looking for the lab technician. Have you seen him?

Share your answers.

1. Have you ever been to an emergency room? Who
helped you?

2. Have you ever been in the hospital? How long did
you stay?

1. fire station
trạm chữa lửa / cứu hỏa

2. coffee shop
quán cà-phê

3. bank
ngân-hàng

4. car dealership
đại lý bán xe hơi

5. hotel
khách sạn

6. church
nhà thờ

7. hospital
bệnh viện

8. park
công viên

9. synagogue
nhà thờ Do-thái giáo

10. theater
rạp hát

11. movie theater
rạp hát bóng / chớp bóng / xi-nê

12. gas station
trạm xăng

13. furniture store
tiệm bán bàn ghế

14. hardware store
tiệm bán đồ sắt

15. barber shop
tiệm hớt tóc

More vocabulary

skyscraper: a very tall office building

downtown / city center: the area in a city with the city hall, courts, and businesses

Practice giving your destination.

I'm going to go <u>downtown</u>.

I have to go to <u>the post office</u>.

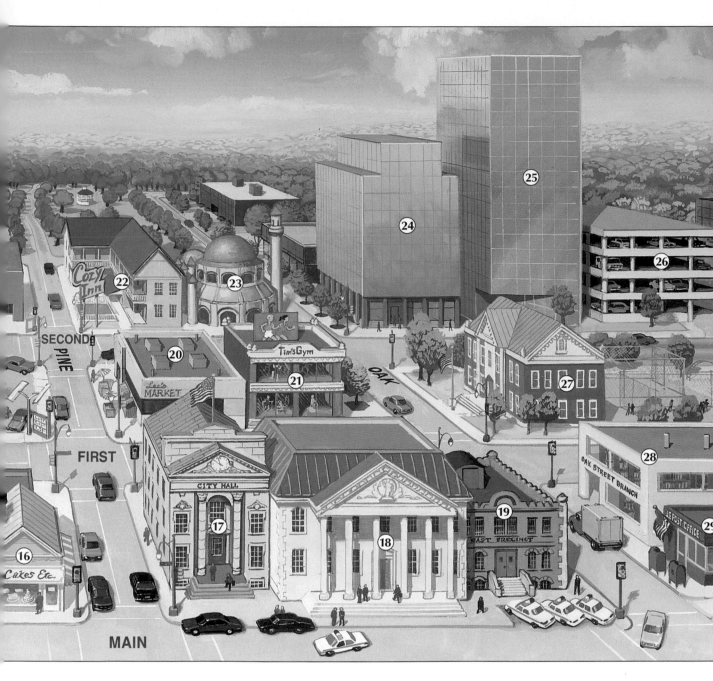

16. bakery
tiệm bánh

17. city hall
tòa thị chính

18. courthouse
tòa án

19. police station
sở cảnh sát

20. market
chợ

21. health club
câu-lạc-bộ thể dục

22. motel
nhà trọ

23. mosque
nhà thờ Hồi Giáo

24. office building
tòa nhà (dùng làm) văn phòng

25. high-rise building
tòa cao ốc

26. parking garage
nhà để xe

27. school
trường học

28. library
thư viện

29. post office
bưu điện

Practice asking for and giving the locations of buildings.

Where's <u>the post office</u>?

  It's on <u>Oak Street</u>.

Share your answers.

1. Which of the places in this picture do you go to every week?

2. Is it good to live in a city? Why or why not?

3. What famous cities do you know?

89

1. Laundromat
   tiệm giặt

2. drugstore / pharmacy
   tiệm thuốc tây

3. convenience store
   tiệm bán hàng xén

4. photo shop
   tiệm chụp hình

5. parking space
   chỗ đậu xe

6. traffic light
   đèn xanh đèn đỏ / đèn lưu thông

7. pedestrian
   khách bộ hành

8. crosswalk
   đường để người băng qua đường

9. street
   đường phố

10. curb
    lề đường

11. newsstand
    quầy báo / sạp báo

12. mailbox
    hộp thư

13. drive-thru window
    cửa sổ để mua đồ ăn
    (cho người lái xe)

14. fast food restaurant
    tiệm bán đồ ăn liền

15. bus
    xe buýt

A. **cross** the street
   băng qua đường

B. **wait** for the light
   chờ đèn xanh

C. **drive** a car
   lái xe

More vocabulary

neighborhood: the area close to your home

do errands: to make a short trip from your home to buy or pick up something

Talk about where to buy things.

You can buy newspapers *at* a newsstand.

You can buy donuts *at* a donut shop.

You can buy food *at* a convenience store.

16. bus stop trạm xe buýt	**22.** copy center / print shop tiệm copy, tiệm in	**28.** fire hydrant vòi nước chữa lửa
17. corner góc đường	**23.** streetlight đèn đường	**29.** sign bảng hiệu
18. parking meter máy thâu tiền đậu xe	**24.** dry cleaners tiệm hấp đồ (giặt)	**30.** street vendor người bán hàng rong
19. motorcycle xe gắn máy	**25.** nail salon tiệm làm móng tay	**31.** cart xe đẩy
20. donut shop tiệm bánh đô-nất	**26.** sidewalk lối đi bộ	**D.** **park** the car **đậu** xe
21. public telephone điện thoại công cộng	**27.** garbage truck xe rác	**E.** **ride** a bicycle **đi xe** đạp

Share your answers.

1. Do you like to do errands?

2. Do you always like to go to the same stores?

3. Which businesses in the picture are also in your neighborhood?

4. Do you know someone who has a small business? What kind?

5. What things can you buy from a street vendor?

1. music store
   tiệm nhạc

2. jewelry store
   tiệm vàng

3. candy store
   tiệm kẹo

4. bookstore
   tiệm sách

5. toy store
   tiệm bán đồ chơi

6. pet store
   tiệm bán cá, chim, thú...

7. card store
   tiệm bán bưu thiệp

8. optician
   nhân viên làm / bán kiếng

9. travel agency
   văn phòng du lịch

10. shoe store
    tiệm giầy

11. fountain
    vòi nước

12. florist
    người bán bông

More vocabulary

beauty shop: hair salon

men's store: a store that sells men's clothing

dress shop: a store that sells women's clothing

Talk about where you want to shop in this mall.

Let's go to the card store.

I need to buy a card for Maggie's birthday.

13. department store
tiệm quần áo

14. food court
nhà hàng ăn

15. video store
tiệm video

16. hair salon
tiệm làm tóc

17. maternity shop
tiệm quần áo sản phụ

18. electronics store
tiệm bán đồ điện tử

19. directory
bản đồ hướng dẫn

20. ice cream stand
quầy bán kem

21. escalator
cầu thang tự động

22. information booth
quầy thông tin / chỉ dẫn

Practice asking for and giving the location of different shops.

Where's the maternity shop?

  It's on the first floor, next to the hair salon.

Share your answers.

1. Do you like shopping malls? Why or why not?

2. Some people don't go to the mall to shop.
   Name some other things you can do in a mall.

1. parent
cha hay mẹ

2. stroller
xe đẩy

3. childcare worker
công nhân nuôi dạy trẻ, cô nuôi

4. cubby
hộp

5. toys
đồ chơi

6. rocking chair
ghế xích đu, ghế bập bênh

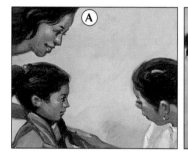

A. drop off
bỏ, để xuống

B. hold
bồng giữ

C. nurse
săn sóc, nuôi dưỡng

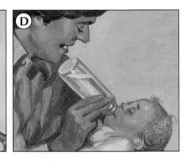

D. feed
cho ăn

E. change diapers
thay tã

F. read a story
đọc chuyện

G. pick up
đón / rước

H. rock
đu đưa, lắc lư, ru
(em bé)

I. tie shoes
buộc dây giày

J. dress
mặc quần áo

K. play
chơi

L. take a nap
ngủ

7. high chair
ghế cao

8. bib
yếm

9. changing table
bàn thay tã

10. potty seat
bô

11. playpen
chuồng nhốt trẻ

12. walker
khung tập đi

13. car safety seat
ghế an toàn (trên xe)

14. baby carrier
khung mang em bé

15. baby backpack
túi đeo lưng mang em bé

16. carriage
xe đẩy

17. wipes
khăn chùi

18. baby powder
bột phấn

19. disinfectant
chất tẩy trùng

20. disposable diapers
tã dùng một lần

21. cloth diapers
tã vải

22. diaper pins
kim gài tã

23. diaper pail
thùng đựng tã

24. training pants
quần tập

25. formula
sữa

26. bottle
bình

27. nipple
núm vú

28. baby food
đồ ăn của em bé

29. pacifier
núm vú giả

30. teething ring
vòng ngứa răng

31. rattle
cái lúc lắc

1. envelope
   bì thư / bao thư / phong bì

2. letter
   lá thư

3. postcard
   bưu thiệp

4. greeting card
   thiệp mừng

5. package
   gói

6. letter carrier
   người đưa thư

7. return address
   địa chỉ hồi báo

8. mailing address
   địa chỉ gửi đi

9. postmark
   dấu bưu chính

10. stamp / postage
    tem

11. certified mail
    thư bảo đảm

12. priority mail
    thư ưu tiên

13. air letter / aerogramme
    thư máy bay / thư hàng
    không

14. ground post /
    parcel post
    bưu kiện

15. Express Mail /
    overnight mail
    thư tốc hành,
    thư qua đêm

A. **address** a postcard
   ghi địa chỉ trên bưu
   thiệp

B. **send** it / **mail** it
   gửi đi

C. **deliver** it
   giao thư

D. **receive** it
   nhận thư

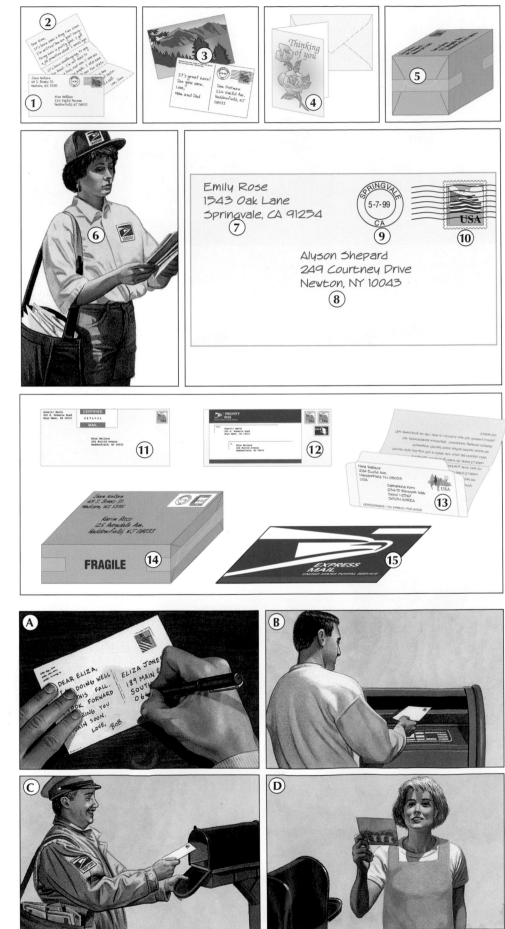

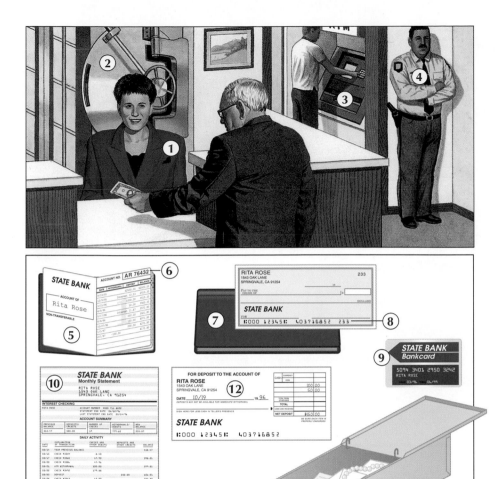

1. teller
   thâu ngân viên

2. vault
   tủ sắt

3. ATM (automated teller machine)
   ATM, máy rút tiền

4. security guard
   nhân viên bảo vệ

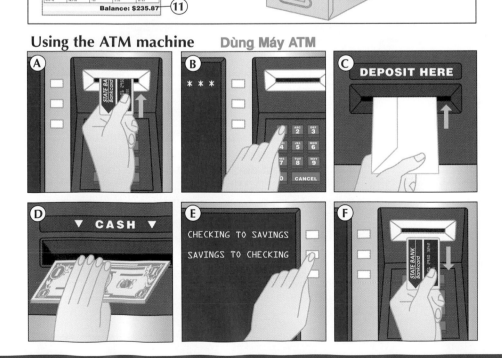

5. passbook
   sổ ngân hàng

6. savings account number
   số trương mục tiết kiệm

7. checkbook
   tập ngân phiếu

8. checking account number
   số trương mục vãng lai

9. ATM card
   thẻ ATM / thẻ rút tiền

10. monthly statement
    báo cáo hàng tháng

11. balance
    tiền còn trong trương mục

12. deposit slip
    phiếu ký thác / gửi tiền

13. safe-deposit box
    hộp an toàn để gửi

Using the ATM machine   Dùng Máy ATM

A. **Insert** your ATM card.
    Đưa thẻ ATM vào.

B. **Enter** your PIN number.*
    Bấm số PIN vào / bấm ám số cá nhân.

C. **Make** a deposit.
    Ký thác tiền / gửi tiền vào.

D. **Withdraw** cash.
    Rút tiền ra.

E. **Transfer** funds.
    Chuyển tiền.

F. **Remove** your ATM card.
    Lấy thẻ ATM **ra** (khỏi máy).

*PIN: personal identification number

More vocabulary

overdrawn account: When there is not enough money in an account to pay a check, we say the account is overdrawn.

Share your answers.

1. Do you use a bank?
2. Do you use an ATM card?
3. Name some things you can put in a safe-deposit box.

1. **reference librarian**
   quản thủ thư viện

2. **reference desk**
   bàn tham khảo

3. **atlas**
   địa đồ

4. **microfilm reader**
   máy đọc microfilm

5. **microfilm**
   microfilm

6. **periodical section**
   khu báo chí

7. **magazine**
   tạp chí

8. **newspaper**
   nhật báo

9. **online catalog**
   thư mục trên máy
   điện toán

10. **card catalog**
    thư mục trên thẻ

11. **media section**
    khu băng đĩa

12. **audiocassette**
    băng cát-sét

13. **videocassette**
    băng video

14. **CD (compact disc)**
    CD (compact disk)

15. **record**
    đĩa (nhạc)

16. **checkout desk**
    bàn kiểm sách trước khi
    đem ra

17. **library clerk**
    nhân viên thư viện

18. **encyclopedia**
    tự điển bách khoa

19. **library card**
    thẻ thư viện

20. **library book**
    sách thư viện

21. **title**
    tựa đề

22. **author**
    tác giả

More vocabulary

check a book out: to borrow a book from the library

nonfiction: real information, history or true stories

fiction: stories from the author's imagination

Share your answers.

1. Do you have a library card?

2. Do you prefer to buy books or borrow them from the library?

A. **arrest** a suspect
bắt kẻ bị tình nghi

1. police officer
cảnh sát

2. handcuffs
còng

B. **hire** a lawyer / **hire** an attorney
mướn luật sư

3. guard
cảnh vệ

4. defense attorney
luật sư biện hộ

C. **appear** in court
ra tòa

5. defendant
bị cáo

6. judge
quan tòa

D. **stand trial**
ra tòa / hầu tòa

7. courtroom
tòa án

8. jury
bồi thẩm đoàn

9. evidence
bằng cớ / bằng chứng

10. prosecuting attorney
luật sư buộc tội

11. witness
nhân chứng

12. court reporter
nhân viên tốc ký tại tòa án

13. bailiff
nhân viên đóng tiền thế chân

E. **give** the verdict*
đọc bản án

F. **sentence** the defendant
buộc tội bị cáo

G. **go** to jail / **go** to prison
đi vào tù

14. convict
tội nhân

H. **be released**
được thả

*Note: There are two possible verdicts, "guilty" and "not guilty."

Share your answers.

1. What are some differences between the legal system in the United States and the one in your country?

2. Do you want to be on a jury? Why or why not?

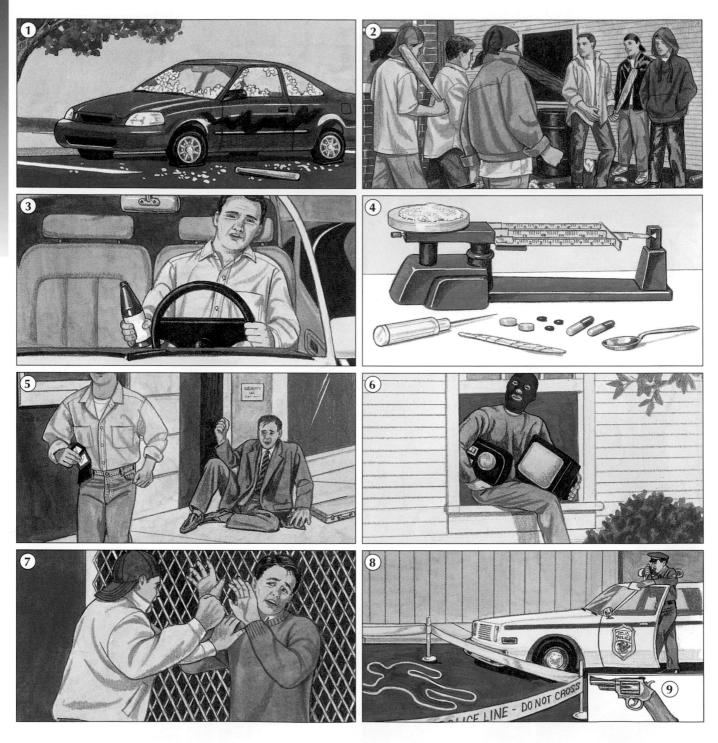

1. **vandalism**
   phá hoại

2. **gang violence**
   tội ác của băng du-đảng

3. **drunk driving**
   say rượu lái xe

4. **illegal drugs**
   ma túy

5. **mugging**
   cướp có bạo hành

6. **burglary**
   cướp bóc / trộm cướp

7. **assault**
   hành hung / bạo hành

8. **murder**
   vụ giết người / án mạng

9. **gun**
   súng

More vocabulary

commit a crime: to do something illegal

criminal: someone who commits a crime

victim: someone who is hurt or killed by someone else

Share your answers.

1. Is there too much crime on TV? in the movies?

2. Do you think people become criminals from watching crime on TV?

A. **Walk** with a friend.
    Đi bộ với bạn.

B. **Stay** on well-lit streets.
    Đi trên đường phố sáng sủa.

C. **Hold** your purse close to your body.
    Giữ bóp ví sát bên người.

D. **Protect** your wallet.
    Bảo vệ bóp ví.

E. **Lock** your doors.
    Khóa cửa.

F. **Don't open** your door to strangers.
    Đừng mở cửa cho người lạ.

G. **Don't drink** and **drive**.
    Không được uống rượu lái xe.

H. **Report** crimes to the police.
    Báo cáo tội ác cho cảnh sát.

More vocabulary

Neighborhood Watch: a group of neighbors who watch for criminals in their neighborhood

designated drivers: people who don't drink alcoholic beverages so that they can drive drinkers home

Share your answers.

1. Do you feel safe in your neighborhood?

2. Look at the pictures. Which of these things do you do?

3. What other things do you do to stay safe?

1. lost child
   trẻ lạc

2. car accident
   xe đụng / tai nạn xe cộ

3. airplane crash
   máy bay rớt

4. explosion
   nổ

5. earthquake
   động đất

6. mudslide
   đất trôi

7. fire
   hỏa hoạn

8. firefighter
   nhân viên cứu hỏa

9. fire truck
   xe chữa lửa / cứu hỏa

Practice reporting a fire.

This is <u>Lisa Broad</u>. There is a fire.

The address is <u>323 Oak Street</u>.

Please send someone quickly.

Share your answers.

1. Can you give directions to your home if there is a fire?

2. What information do you give to the other driver if you are in a car accident?

10. drought
hạn hán

11. blizzard
bão tuyết

12. hurricane
bão

13. tornado
bão trốt

14. volcanic eruption
núi lửa phát nổ

15. tidal wave
sóng thần

16. flood
lụt

17. search and rescue team
toán lùng kiếm và tiếp cứu

Share your answers.

1. Which disasters are common in your area? Which never happen?

2. What can you do to prepare for emergencies?

3. Do you have emergency numbers near your telephone?

4. What organizations will help you in an emergency?

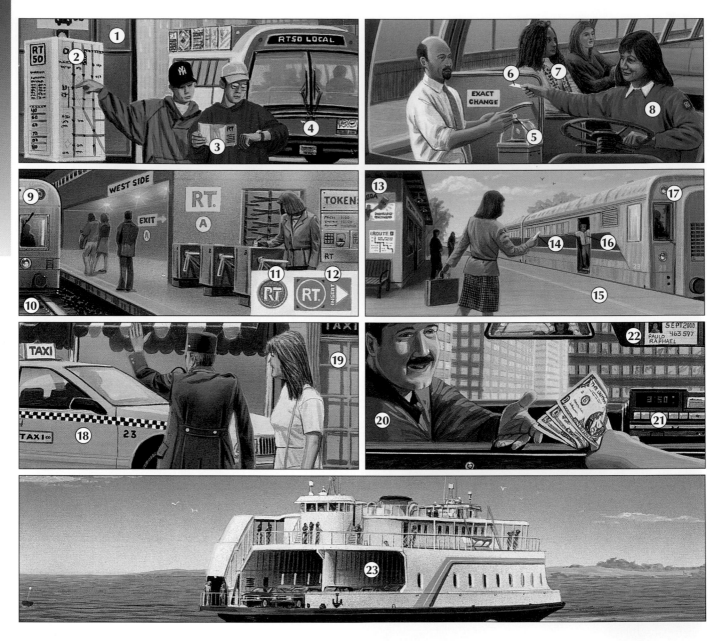

1. bus stop
   trạm xe buýt

2. route
   tuyến xe

3. schedule
   lịch trình

4. bus
   xe buýt

5. fare
   tiền vé xe

6. transfer
   vé chuyển xe

7. passenger
   hành khách

8. bus driver
   tài xế xe buýt

9. subway
   xe điện ngầm

10. track
    đường xe điện ngầm

11. token
    đồng tốc-cân

12. fare card
    thẻ vé xe

13. train station
    ga xe lửa

14. ticket
    vé

15. platform
    sân ga

16. conductor
    nhân viên điều khiển xe

17. train
    xe lửa

18. taxi/cab
    xe tắc-xi

19. taxi stand
    chỗ xe tắc-xi đậu

20. taxi driver
    tài xế xe tắc-xi

21. meter
    máy tính tiền

22. taxi license
    bằng lái tắc-xi

23. ferry
    phà

More vocabulary

hail a taxi: to get a taxi driver's attention by raising your hand

miss the bus: to arrive at the bus stop late

Talk about how you and your friends come to school.

I take _the bus_ to school.   He _drives_ to school.

You take _the train_.   She _walks_ to school.

We take _the subway_.   They _ride_ bikes.

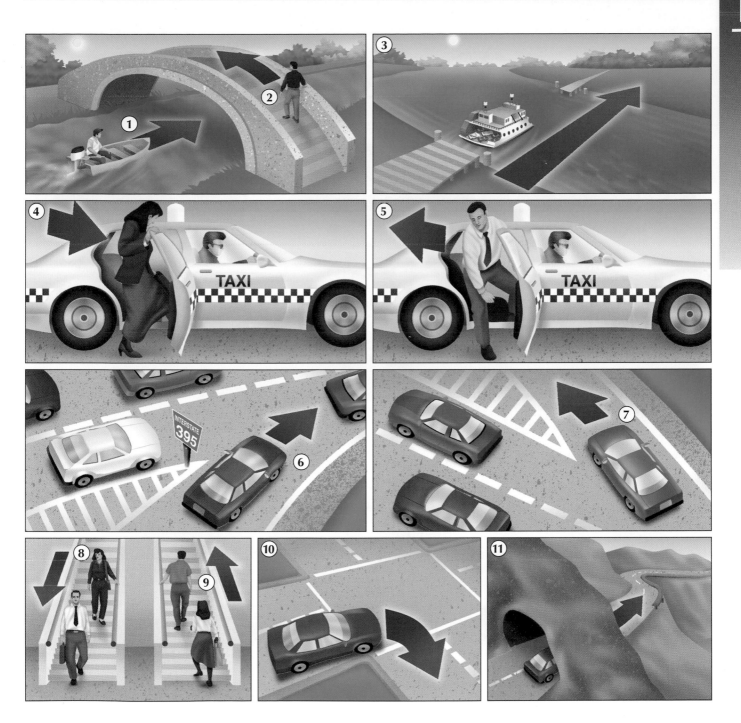

1. **under** the bridge
   dưới cầu

2. **over** the bridge
   trên cầu

3. **across** the water
   băng qua dòng nước

4. **into** the taxi
   vào tắc-xi

5. **out of** the taxi
   ra khỏi tắc-xi

6. **onto** the highway
   vào xa lộ

7. **off** the highway
   ra khỏi xa lộ

8. **down** the stairs
   xuống cầu thang

9. **up** the stairs
   lên cầu thang

10. **around** the corner
    cạnh ngã tư

11. **through** the tunnel
    qua đường hầm

Grammar point: *into, out of, on, off*

We say, *get **into** a taxi or a car.*
But we say, *get **on** a bus, a train, or a plane.*

We say, *get **out of** a taxi or a car.*
But we say, *get **off** a bus, a train, or a plane.*

1. **subcompact**
   xe cỡ rất nhỏ

2. **compact**
   xe cỡ nhỏ

3. **midsize car**
   xe cỡ trung

4. **full-size car**
   xe cỡ lớn

5. **convertible**
   xe mui trần

6. **sports car**
   xe thể thao

7. **pickup truck**
   xe vận tải có thùng

8. **station wagon**
   xe thùng dài

9. **SUV (sports utility vehicle)**
   xe vận dụng thể thao

10. **minivan**
    xe Van nhỏ

11. **camper**
    xe đi cắm trại

12. **dump truck**
    xe đổ rác

13. **tow truck**
    xe kéo

14. **moving van**
    xe dọn nhà

15. **tractor trailer / semi**
    toa móc / một nửa

16. **cab**
    xe tắc-xi

17. **trailer**
    xe móc

More vocabulary

make: the name of the company that makes the car

model: the style of car

Share your answers.

1. What is your favorite kind of car?

2. What kind of car is good for a big family? for a single person?

Directions   Phương Hướng

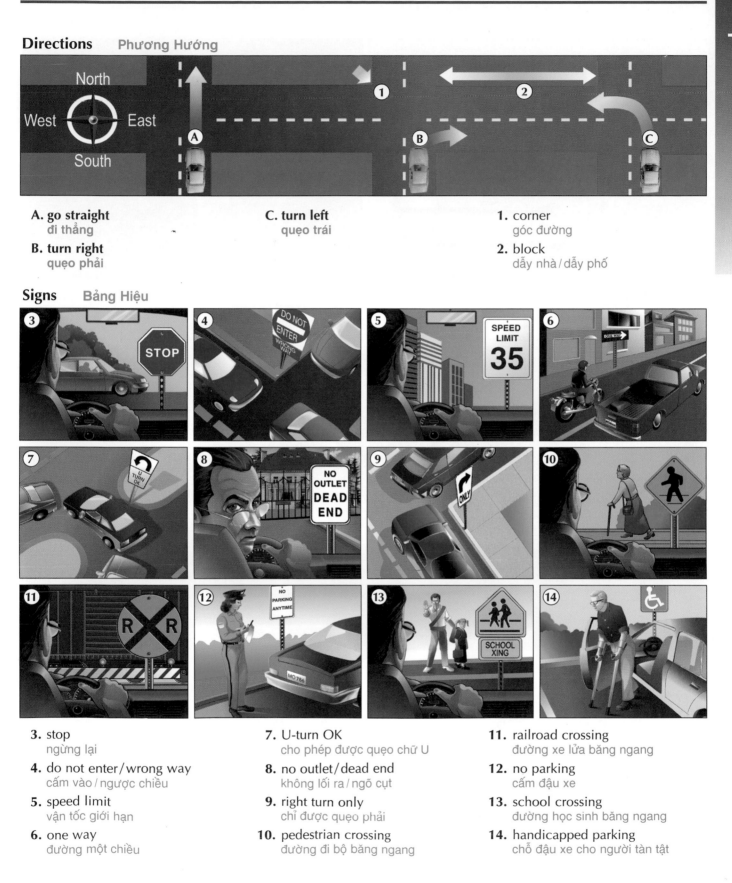

A. go straight
đi thẳng

B. turn right
quẹo phải

C. turn left
quẹo trái

1. corner
góc đường

2. block
dẫy nhà / dẫy phố

Signs   Bảng Hiệu

3. stop
ngừng lại

4. do not enter / wrong way
cấm vào / ngược chiều

5. speed limit
vận tốc giới hạn

6. one way
đường một chiều

7. U-turn OK
cho phép được quẹo chữ U

8. no outlet / dead end
không lối ra / ngõ cụt

9. right turn only
chỉ được quẹo phải

10. pedestrian crossing
đường đi bộ băng ngang

11. railroad crossing
đường xe lửa băng ngang

12. no parking
cấm đậu xe

13. school crossing
đường học sinh băng ngang

14. handicapped parking
chỗ đậu xe cho người tàn tật

More vocabulary

right-of-way: the right to go first

yield: to give another person or car the right-of-way

Share your answers.

1. Which traffic signs are the same in your country?

2. Do pedestrians have the right-of-way in your city?

3. What is the speed limit in front of your school? your home?

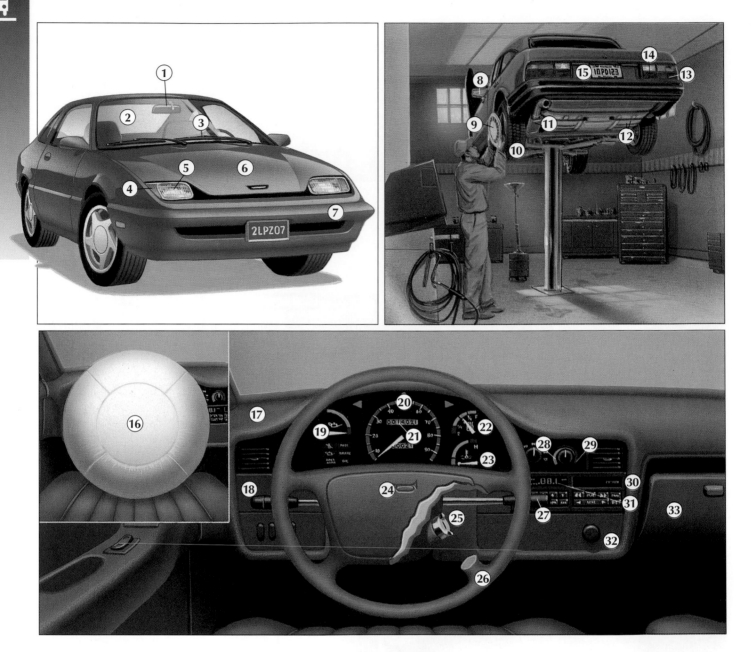

1. **rearview mirror**
   gương chiếu hậu

2. **windshield**
   kiếng xe phía trước

3. **windshield wipers**
   quạt nước

4. **turn signal**
   bật đèn quẹo

5. **headlight**
   đèn trước

6. **hood**
   nắp xe

7. **bumper**
   cản xe

8. **sideview mirror**
   gương bên cạnh

9. **hubcap**
   nắp bánh xe

10. **tire**
    bánh xe

11. **muffler**
    ống bô

12. **gas tank**
    thùng xăng

13. **brake light**
    đèn thắng

14. **taillight**
    đèn sau

15. **license plate**
    bảng số xe

16. **air bag**
    túi bảo hộ có hơi

17. **dashboard**
    mặt xe

18. **turn signal**
    đèn quẹo

19. **oil gauge**
    đồng hồ đo nhớt

20. **speedometer**
    đồng hồ tốc độ

21. **odometer**
    đồng hồ đo quãng
    đường

22. **gas gauge**
    đồng hồ xăng

23. **temperature gauge**
    đồng hồ nhiệt độ

24. **horn**
    còi, kèn

25. **ignition**
    bộ phận nổ máy xe

26. **steering wheel**
    tay lái

27. **gearshift**
    tay số / cần sang số

28. **air conditioning**
    máy lạnh

29. **heater**
    máy sưởi

30. **tape deck**
    máy cát-sét

31. **radio**
    ra-dô

32. **cigarette lighter**
    bật lửa mồi thuốc
    trong xe

33. **glove compartment**
    hộp nhỏ trên xe

34. lock
khóa

35. front seat
ghế trước

36. seat belt
thắt lưng an toàn

37. shoulder harness
dây choàng vai

38. backseat
ghế sau

39. child safety seat
ghế an toàn cho trẻ em

40. fuel injection system
hệ thống phun nhiên liệu

41. engine
máy / động cơ

42. radiator
thùng nước xe

43. battery
bình điện

44. emergency brake
thắng cấp kỳ

45. clutch*
hộp số

46. brake pedal
chân thắng

47. accelerator / gas pedal
chân ga

48. stick shift
tay số

49. trunk
thùng xe

50. lug wrench
kềm mở ốc

51. jack
con đội

52. jumper cables
giây câu bình

53. spare tire
lốp sơ-cua

54. The car needs **gas**.
Xe cần **xăng**.

55. The car needs **oil**.
Xe cần **nhớt**.

56. The radiator needs **coolant**.
Thùng nước cần **châm nước**.

57. The car needs **a smog check**.
Xe cần **được khám smog**.

58. The battery needs **recharging**.
Bình điện cần **được xạc**.

59. The tires need **air**.
Bánh xe cần **bơm thêm hơi**.

***Note:** Standard transmission cars have a clutch; automatic transmission cars do not.

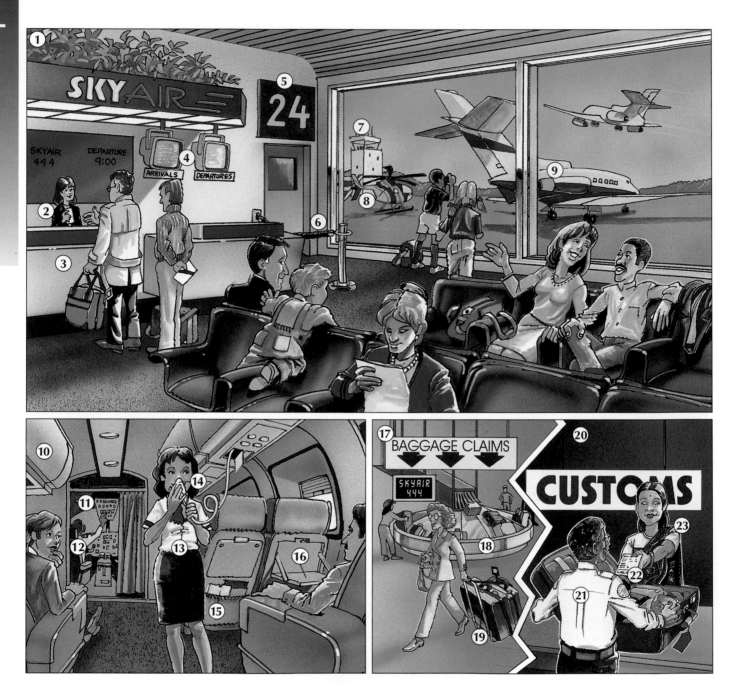

1. **airline terminal**
   phi cảng

2. **airline representative**
   nhân viên hãng hàng không

3. **check-in counter**
   quầy kiểm nhận hành lý

4. **arrival and departure monitors**
   máy ghi lịch trình bay đến và đi

5. **gate**
   cổng

6. **boarding area**
   khu vực để sửa soạn lên máy bay

7. **control tower**
   trạm không kiểm

8. **helicopter**
   máy bay trực thăng

9. **airplane**
   máy bay

10. **overhead compartment**
    ngăn chứa đồ trên đầu

11. **cockpit**
    phòng lái

12. **pilot**
    phi công

13. **flight attendant**
    chiêu đãi viên hàng không

14. **oxygen mask**
    mặt nạ thở / mặt nạ dưỡng khí

15. **airsickness bag**
    túi để nôn vào

16. **tray table**
    bàn có khay

17. **baggage claim area**
    khu nhận hành lý

18. **carousel**
    thang đẩy hành lý vòng qua vòng lại

19. **luggage carrier**
    người mang hành lý

20. **customs**
    hải quan / quan thuế

21. **customs officer**
    nhân viên hải quan

22. **declaration form**
    tờ khai hải quan

23. **passenger**
    hành khách

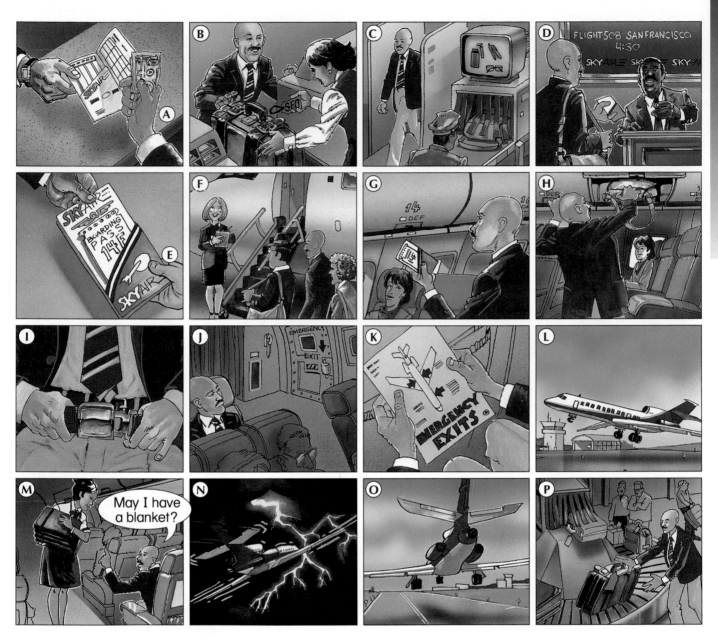

A. **buy** your ticket
   mua vé

B. **check** your bags
   gởi hành lý

C. **go through** security
   đi qua nhân viên an ninh

D. **check in** at the gate
   kiểm nhận ở cổng

E. **get** your boarding pass
   lấy vé lên máy bay

F. **board** the plane
   lên máy bay

G. **find** your seat
   tìm ghế ngồi

H. **stow** your carry-on bag
   để hành lý xách tay vào hộc

I. **fasten** your seat belt
   thắt dây lưng an toàn

J. **look for** the emergency exit
   tìm cửa cấp cứu

K. **look at** the emergency card
   nhìn lấm thẻ cấp cứu

L. **take off / leave**
   cất cánh / rời phi cảng

M. **request** a blanket
   xin chăn, mền

N. **experience** turbulence
   cảm thấy lắc lư

O. **land / arrive**
   hạ cánh / đến nơi

P. **claim** your baggage
   nhận hành lý

More vocabulary

destination: the place the passenger is going

departure time: the time the plane takes off

arrival time: the time the plane lands

direct flight: a plane trip between two cities with no stops

stopover: a stop before reaching the destination, sometimes to change planes

1. public school
trường công lập

2. private school
trường tư thục

3. parochial school
trường của giáo xứ

4. preschool
trường mẫu giáo

5. elementary school
trường tiểu học

6. middle school /
junior high school
trường trung học đệ
nhất cấp / trường cấp hai

7. high school
trường trung học đệ nhị
cấp / trường cấp ba

8. adult school
trường người lớn

9. vocational school / trade school
trường dạy nghề

10. college / university
trường đại học

Note: In the U.S. most children begin school at age 5 (in kindergarten)
and graduate from high school at 17 or 18.

More vocabulary

When students graduate from a college or university
they receive a **degree:**

Bachelor's degree—usually 4 years of study

Master's degree—an additional 1–3 years of study

Doctorate—an additional 3–5 years of study

community college: a two-year college where students
can get an Associate of Arts degree

graduate school: a school in a university where students
study for their master's degrees and doctorates

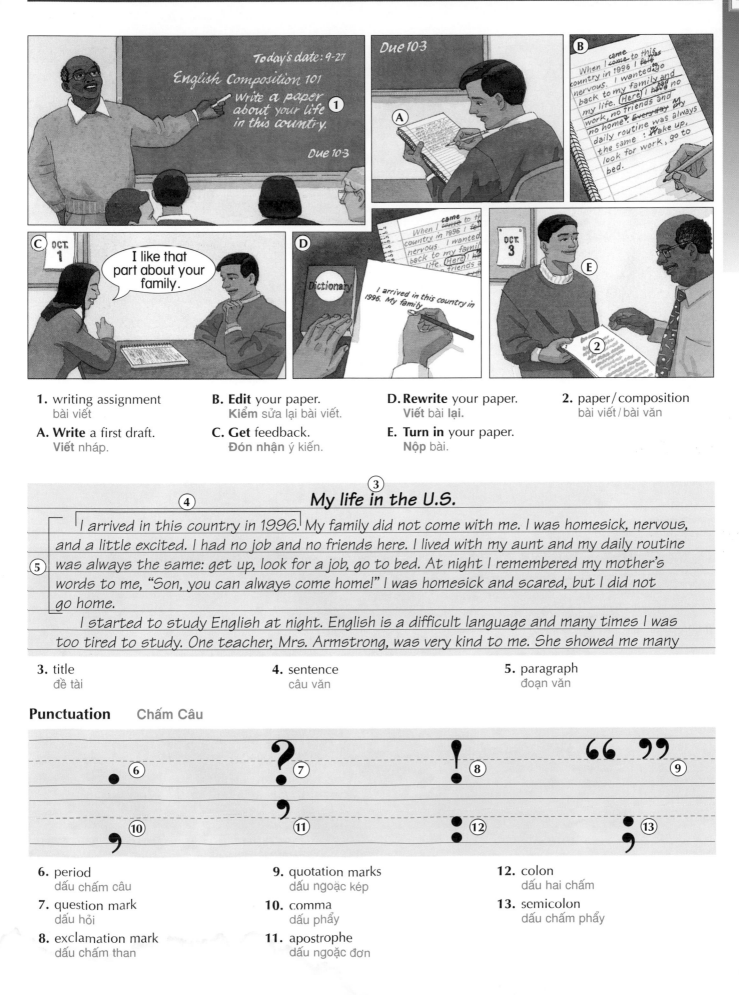

1. writing assignment
   bài viết

A. **Write** a first draft.
   Viết nháp.

B. **Edit** your paper.
   Kiểm sửa lại bài viết.

C. **Get** feedback.
   Đón nhận ý kiến.

D. **Rewrite** your paper.
   Viết bài **lại**.

E. **Turn in** your paper.
   Nộp bài.

2. paper / composition
   bài viết / bài văn

My life in the U.S.

I arrived in this country in 1996. My family did not come with me. I was homesick, nervous, and a little excited. I had no job and no friends here. I lived with my aunt and my daily routine was always the same: get up, look for a job, go to bed. At night I remembered my mother's words to me, "Son, you can always come home!" I was homesick and scared, but I did not go home.

I started to study English at night. English is a difficult language and many times I was too tired to study. One teacher, Mrs. Armstrong, was very kind to me. She showed me many

3. title
   đề tài

4. sentence
   câu văn

5. paragraph
   đoạn văn

Punctuation   Chấm Câu

6. period
   dấu chấm câu

7. question mark
   dấu hỏi

8. exclamation mark
   dấu chấm than

9. quotation marks
   dấu ngoặc kép

10. comma
    dấu phẩy

11. apostrophe
    dấu ngoặc đơn

12. colon
    dấu hai chấm

13. semicolon
    dấu chấm phẩy

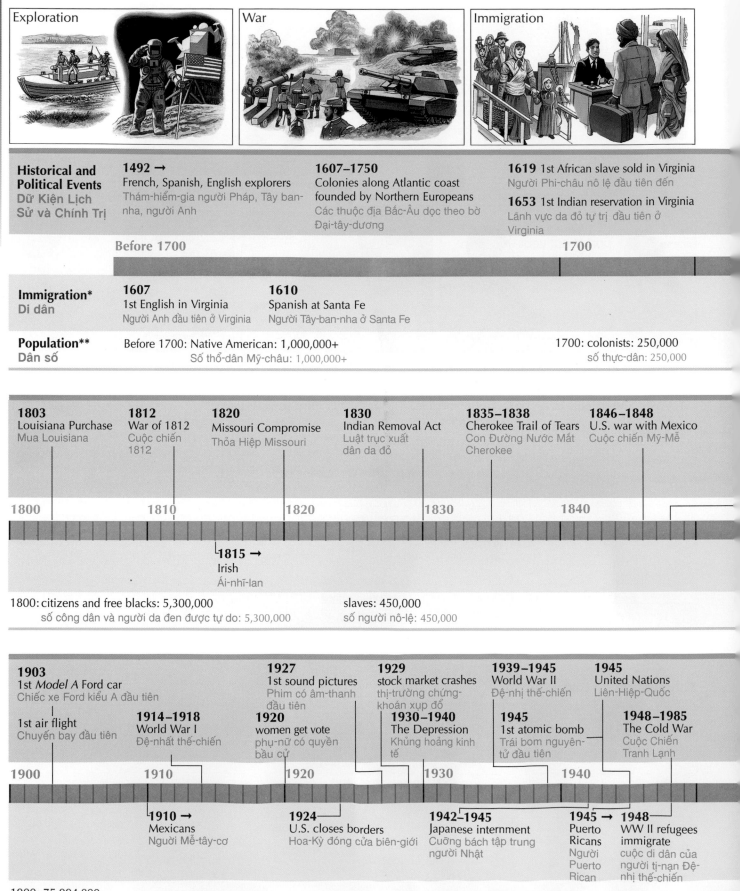

Exploration | War | Immigration

Historical and Political Events
Dữ Kiện Lịch Sử và Chính Trị

1492 →
French, Spanish, English explorers
Thám-hiểm-gia người Pháp, Tây ban-nha, người Anh

1607–1750
Colonies along Atlantic coast founded by Northern Europeans
Các thuộc địa Bắc-Âu dọc theo bờ Đại-tây-dương

1619 1st African slave sold in Virginia
Người Phi-châu nô lệ đầu tiên đến

1653 1st Indian reservation in Virginia
Lãnh vực da đỏ tự trị đầu tiên ở Virginia

Before 1700 | **1700**

Immigration*
Di dân

1607
1st English in Virginia
Người Anh đầu tiên ở Virginia

1610
Spanish at Santa Fe
Người Tây-ban-nha ở Santa Fe

Population**
Dân số

Before 1700: Native American: 1,000,000+
Số thổ-dân Mỹ-châu: 1,000,000+

1700: colonists: 250,000
số thực-dân: 250,000

1803
Louisiana Purchase
Mua Louisiana

1812
War of 1812
Cuộc chiến 1812

1820
Missouri Compromise
Thỏa Hiệp Missouri

1830
Indian Removal Act
Luật trục xuất dân da đỏ

1835–1838
Cherokee Trail of Tears
Con Đường Nước Mắt Cherokee

1846–1848
U.S. war with Mexico
Cuộc chiến Mỹ-Mễ

1800 | 1810 | 1820 | 1830 | 1840

1815 →
Irish
Ái-nhĩ-lan

1800: citizens and free blacks: 5,300,000
số công dân và người da đen được tự do: 5,300,000

slaves: 450,000
số người nô-lệ: 450,000

1903
1st *Model A* Ford car
Chiếc xe Ford kiểu A đầu tiên

1st air flight
Chuyến bay đầu tiên

1914–1918
World War I
Đệ-nhất thế-chiến

1927
1st sound pictures
Phim có âm-thanh đầu tiên

1920
women get vote
phụ-nữ có quyền bầu cử

1929
stock market crashes
thị-trường chứng-khoán xụp đổ

1930–1940
The Depression
Khủng hoảng kinh tế

1939–1945
World War II
Đệ-nhị thế-chiến

1945
1st atomic bomb
Trái bom nguyên-tử đầu tiên

1945
United Nations
Liên-Hiệp-Quốc

1948–1985
The Cold War
Cuộc Chiến Tranh Lạnh

1900 | 1910 | 1920 | 1930 | 1940

1910 →
Mexicans
Người Mễ-tây-cơ

1924
U.S. closes borders
Hoa-Kỳ đóng cửa biên-giới

1942–1945
Japanese internment
Cưỡng bách tập trung người Nhật

1945 →
Puerto Ricans
Người Puerto Rican

1948
WW II refugees immigrate
cuộc di dân của người tị-nạn Đệ-nhị thế-chiến

1900: 75,994,000

*Immigration dates indicate a time when large numbers of that group first began to immigrate to the U.S.
**All population figures before 1790 are estimates. Figures after 1790 are based on the official U.S. census.

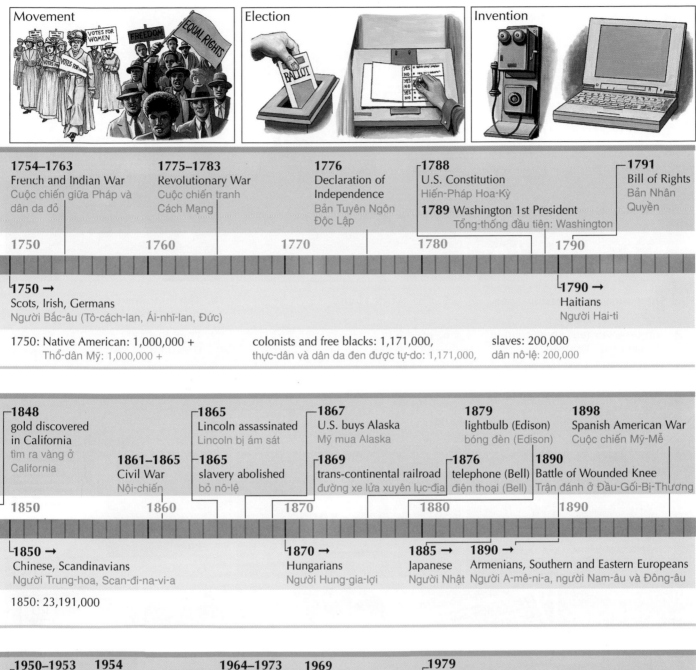

Movement

Election

Invention

1754–1763
French and Indian War
Cuộc chiến giữa Pháp và
dân da đỏ

1775–1783
Revolutionary War
Cuộc chiến tranh
Cách Mạng

1776
Declaration of
Independence
Bản Tuyên Ngôn
Độc Lập

1788
U.S. Constitution
Hiến-Pháp Hoa-Kỳ
1789 Washington 1st President
Tổng-thống đầu tiên: Washington

1791
Bill of Rights
Bản Nhân
Quyền

1750   1760   1770   1780   1790

1750 →
Scots, Irish, Germans
Người Bắc-âu (Tô-cách-lan, Ái-nhĩ-lan, Đức)

1790 →
Haitians
Người Hai-ti

1750: Native American: 1,000,000 +   colonists and free blacks: 1,171,000,   slaves: 200,000
     Thổ-dân Mỹ: 1,000,000 +   thực-dân và dân da đen được tự-do: 1,171,000,   dân nô-lệ: 200,000

1848
gold discovered
in California
tìm ra vàng ở
California

1861–1865
Civil War
Nội-chiến

1865
Lincoln assassinated
Lincoln bị ám sát

1865
slavery abolished
bỏ nô-lệ

1867
U.S. buys Alaska
Mỹ mua Alaska

1869
trans-continental railroad
đường xe lửa xuyên lục-địa

1879
lightbulb (Edison)
bóng đèn (Edison)

1876
telephone (Bell)
điện thoại (Bell)

1898
Spanish American War
Cuộc chiến Mỹ-Mễ

1890
Battle of Wounded Knee
Trận đánh ở Đầu-Gối-Bị-Thương

1850   1860   1870   1880   1890

1850 →
Chinese, Scandinavians
Người Trung-hoa, Scan-đi-na-vi-a

1870 →
Hungarians
Người Hung-gia-lợi

1885 →
Japanese
Người Nhật

1890 →
Armenians, Southern and Eastern Europeans
Người A-mê-ni-a, người Nam-âu và Đông-âu

1850: 23,191,000

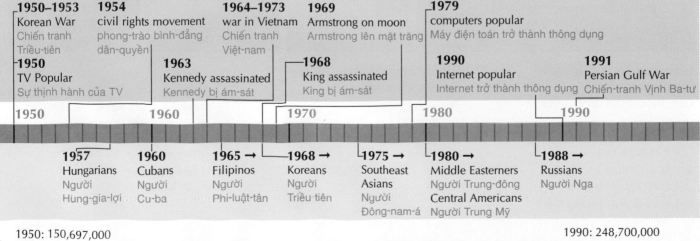

1950–1953
Korean War
Chiến tranh
Triều-tiên

1954
civil rights movement
phong-trào bình-đẳng
dân-quyền

1964–1973
war in Vietnam
Chiến tranh
Việt-nam

1969
Armstrong on moon
Armstrong lên mặt trăng

1979
computers popular
Máy điện toán trở thành thông dụng

1950
TV Popular
Sự thịnh hành của TV

1963
Kennedy assassinated
Kennedy bị ám-sát

1968
King assassinated
King bị ám-sát

1990
Internet popular
Internet trở thành thông dụng

1991
Persian Gulf War
Chiến-tranh Vịnh Ba-tư

1950   1960   1970   1980   1990

1957
Hungarians
Người
Hung-gia-lợi

1960
Cubans
Người
Cu-ba

1965 →
Filipinos
Người
Phi-luật-tân

1968 →
Koreans
Người
Triều tiên

1975 →
Southeast
Asians
Người
Đông-nam-á

1980 →
Middle Easterners
Người Trung-đông
Central Americans
Người Trung Mỹ

1988 →
Russians
Người Nga

1950: 150,697,000   1990: 248,700,000

BRANCHES OF GOVERNMENT

Legislative   Executive   Judicial

1. The House of Representatives
   Quốc-hội

2. congresswoman / congressman
   nữ dân-biểu / dân-biểu

3. The Senate
   Thượng-viện

4. senator
   thượng-nghị-sĩ

5. The White House
   Tòa Bạch-Ốc

6. president
   tổng-thống

7. vice president
   phó tổng-thống

8. The Supreme Court
   Tối-cao Pháp-viện

9. chief justice
   chánh-án tối cao

10. justices
    các thẩm phán

Citizenship application requirements
Các điều-kiện để trở thành công-dân

A. **be** 18 years old
   ít nhất **là** 18 tuổi

B. **live** in the U.S. for five years
   định cư ở Mỹ 5 năm

C. **take** a citizenship test
   thi vào công-dân

Rights and responsibilities
Quyền-lợi và nhiệm-vụ

D. **vote**
   bầu cử

E. **pay** taxes
   đóng thuế

F. **register** with Selective Service*
   đăng ký nhập ngũ

G. **serve** on a jury
   phục vụ trong bồi-thẩm-đoàn

H. **obey** the law
   tuân theo pháp-luật

*Note: All males 18 to 26 who live in the U.S. are required to register with Selective Service.

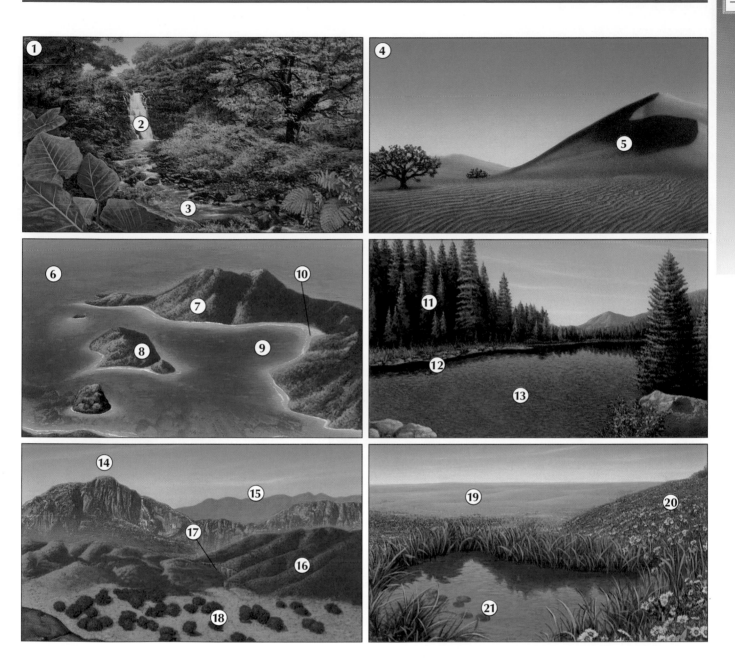

1. rain forest
   rừng nhiệt-đới

2. waterfall
   thác

3. river
   sông

4. desert
   sa-mạc

5. sand dune
   đồi cát

6. ocean
   đại-dương

7. peninsula
   bán-đảo

8. island
   đảo

9. bay
   vịnh

10. beach
    bãi biển

11. forest
    rừng

12. shore
    bờ bến

13. lake
    hồ

14. mountain peak
    đỉnh núi

15. mountain range
    dãy núi / rặng núi

16. hills
    đồi

17. canyon
    hẻm núi / khe núi

18. valley
    thung lũng

19. plains
    đồng bằng

20. meadow
    đồng cỏ

21. pond
    ao

More vocabulary

a body of water: a river, lake, or ocean

stream/creek: a very small river

Talk about where you live and where you like to go.

I live in a valley. There is a lake nearby.

I like to go to the beach.

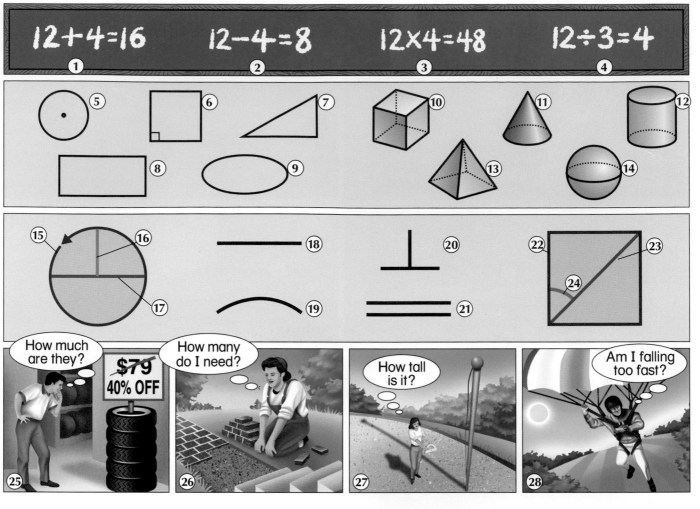

Operations
Phép làm

1. addition
toán cộng

2. subtraction
toán trừ

3. multiplication
toán nhân

4. division
toán chia

Shapes
Hình

5. circle
hình tròn

6. square
hình vuông

7. triangle
hình tam-giác

8. rectangle
hình chữ nhật

9. oval / ellipse
hình trái xoan / bầu dục

Solids
Khối

10. cube
vuông

11. cone
nón

12. cylinder
trụ

13. pyramid
tháp

14. sphere
tròn

Parts of a circle
Các Phần của Hình Tròn

15. circumference
chu vi

16. radius
bán kính

17. diameter
đường kính

Lines
Đường

18. straight
thẳng

19. curved
cong

20. perpendicular
thẳng góc

21. parallel
song song

Parts of a square
Các Phần của Hình Vuông

22. side
cạnh

23. diagonal
đường chéo

24. angle
góc

Types of math
Loại toán

25. algebra
đại số

26. geometry
hình học

27. trigonometry
lượng giác

28. calculus
toán vi-phân
và tích phân

More vocabulary

total: the answer to an addition problem

difference: the answer to a subtraction problem

product: the answer to a multiplication problem

quotient: the answer to a division problem

pi (π): the number when you divide the circumference of a circle by its diameter (approximately = 3.14)

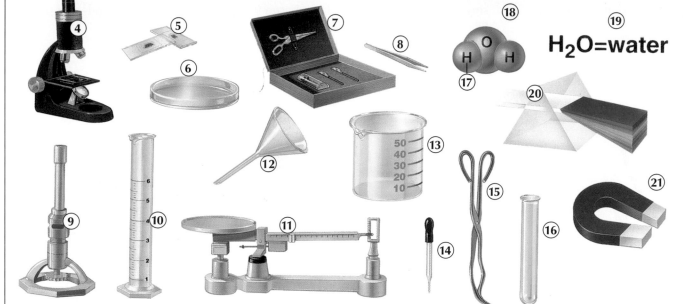

1. biology sinh vật học	**9.** Bunsen burner đèn Bun-sen	**17.** atom nguyên tử
2. chemistry hóa học	**10.** graduated cylinder ống xy-lanh có ghi độ đo	**18.** molecule phân tử
3. physics vật lý học	**11.** balance cân	**19.** formula công thức
4. microscope kính hiển vi	**12.** funnel phễu	**20.** prism lăng-kính
5. slide thước	**13.** beaker cốc thủy tinh có miệng rót	**21.** magnet nam châm
6. petri dish đĩa đựng vi-khuẩn	**14.** dropper ống thủy tinh để nhỏ giọt	**A.** **do** an experiment **làm** thí nghiệm
7. dissection kit đồ mổ	**15.** crucible tongs kẹp kim loại	**B.** **observe** quan sát
8. forceps cái kẹp gắp	**16.** test tube ống nghiệm	**C.** **record** results **ghi-chú** kết quả

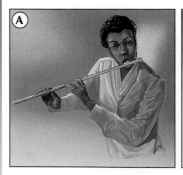

A. play an instrument
chơi nhạc / **chơi** một
nhạc cụ

B. sing a song
hát nhạc / **hát** một bài hát

1. orchestra
giàn nhạc / ban hòa tấu

2. rock band
ban nhạc mạnh /
ban nhạc rock

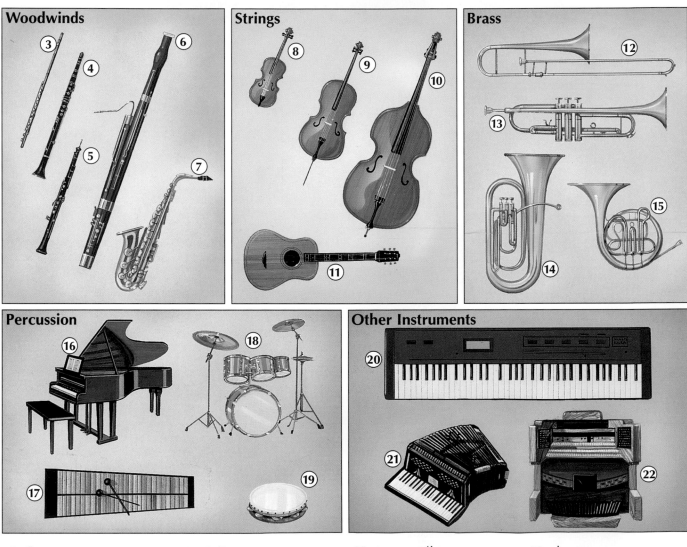

Woodwinds

Strings

Brass

Percussion

Other Instruments

3. flute sáo	**8.** violin vĩ-cầm
4. clarinet kèn cla-rin-nét	**9.** cello đàn xe-lô
5. oboe kèn ô-boa	**10.** bass đàn bass
6 bassoon kèn fagôt	**11.** guitar đàn ghi-ta
7. saxophone kèn sắc-xô-phôn	**12.** trombone kèn trom-bôn

13. trumpet / horn kèn trom-pét	**18.** drums trống
14. tuba kèn tu-ba	**19.** tambourine trống prô-văng
15. French horn kèn Pháp	**20.** electric keyboard đàn or-găng điện
16. piano đàn dương cầm	**21.** accordion đàn phong cầm
17. xylophone đàn xy-lô-phôn	**22.** organ đàn or-găng

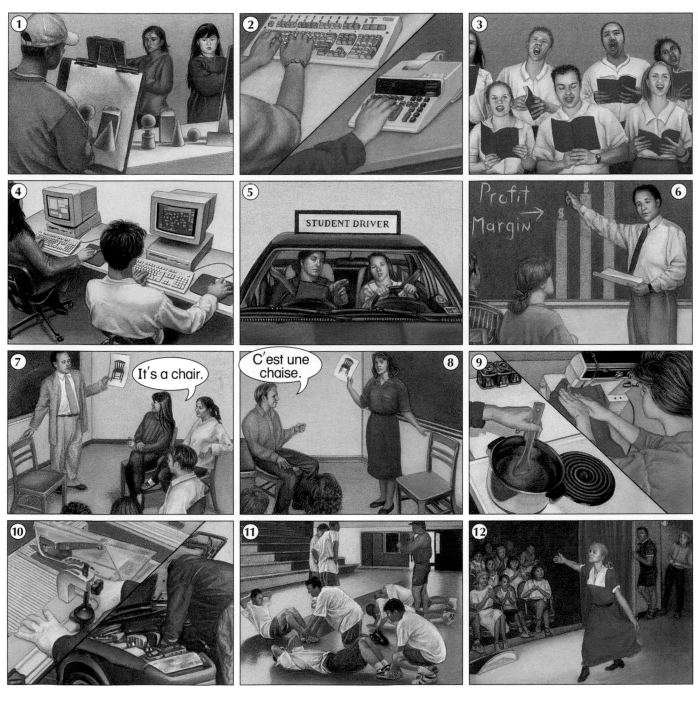

1. art
mỹ thuật

2. business education
ngành thương nghiệp

3. chorus
ban hợp xướng

4. computer science
ngành điện toán

5. driver's education
ngành dạy lái xe

6. economics
kinh-tế-học

7. English as a second language
Anh ngữ là ngôn ngữ thứ hai

8. foreign language
ngoại ngữ

9. home economics
kinh tế gia đình

10. industrial arts / shop
mỹ thuật kỹ nghệ / xưởng

11. PE (physical education)
môn thể dục

12. theater arts
môn kịch nghệ

More vocabulary

core course: a subject students have to take

elective: a subject students choose to take

Share your answers.

1. What are your favorite subjects?

2. In your opinion, what subjects are most important? Why?

3. What foreign languages are taught in your school?

121

ATLANTIC OCEAN

BERMUDA

GREENLAND

Labrador Sea

Baffin Bay

ARCTIC OCEAN

Beaufort Sea

Queen Elizabeth Islands

Newfoundland

Gulf of St. Lawrence

Prince Edward Island

Nova Scotia

New Brunswick

Maine

Vermont

New Hampshire

Massachusetts

Rhode Island

Connecticut

Delaware

Maryland

WASHINGTON, D.C.

New Jersey

OTTAWA

New York

Pennsylvania

West Virginia

Virginia

North Carolina

South Carolina

Ohio

Kentucky

Tennessee

Indiana

Illinois

Michigan

Michigan

Wisconsin

Iowa

Missouri

Arkansas

Minnesota

North Dakota

South Dakota

Nebraska

Kansas

Oklahoma

Colorado

New Mexico

Montana

Wyoming

Idaho

Utah

Arizona

Washington

Oregon

Nevada

California

Québec

Ontario

Hudson Bay

Manitoba

Saskatchewan

CANADA

Alberta

Northwest Territories

Yukon Territory

British Columbia

Alaska (US)

Gulf of Alaska

UNITED STATES OF AMERICA

Hawaii (US)

① ② ③ ④ ⑤ ⑥ ⑦ ⑧ ⑨ ⑩ ⑪

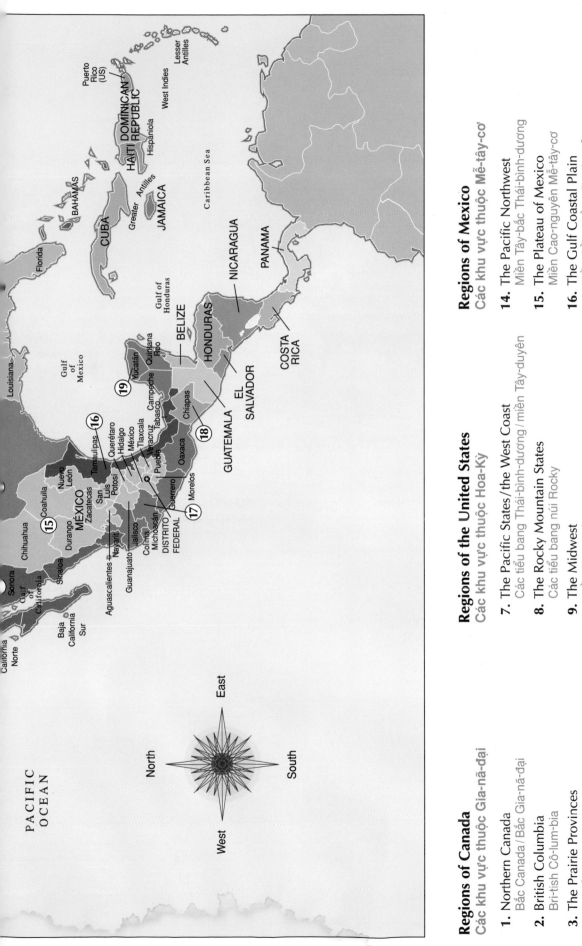

PACIFIC OCEAN

East
North — South
West

California Norte
Sonora
Gulf of California
Baja California Sur
Chihuahua
Sinaloa
Durango
Coahuila
Zacatecas
Nayarit
Aguascalientes
Jalisco
Guanajuato
Colima
Michoacán
DISTRITO FEDERAL
Guerrero
Morelos
Puebla
Oaxaca
Veracruz
Tlaxcala
México
Hidalgo
Querétaro
San Luis Potosí
Nuevo León
Tamaulipas
MÉXICO

Louisiana
Gulf of Mexico
Florida

BAHAMAS
CUBA
JAMAICA
Greater Antilles
Puerto Rico (US)
HAITI
DOMINICAN REPUBLIC
Hispaniola
West Indies
Lesser Antilles
Caribbean Sea

Campeche
Quintana Roo
Yucatán
Tabasco
Chiapas
BELIZE
Gulf of Honduras
HONDURAS
GUATEMALA
EL SALVADOR
NICARAGUA
COSTA RICA
PANAMA

(15) (16) (17) (18) (19)

Regions of Canada
Các khu vực thuộc Gia-nã-đại

1. Northern Canada
   Bắc Canada / Bắc Gia-nã-đại
2. British Columbia
   Bri-tish Cô-lum-bia
3. The Prairie Provinces
   Các tỉnh Prairie
4. Ontario
   Ôn-ta-ri-ô
5. Québec
   Quê-béc
6. The Atlantic Provinces
   Các tỉnh Đại-tây-dương

Regions of the United States
Các khu vực thuộc Hoa-Kỳ

7. The Pacific States / the West Coast
   Các tiểu bang Thái-bình-dương / miền Tây-duyên
8. The Rocky Mountain States
   Các tiểu bang núi Rocky
9. The Midwest
   Miền Trung-tây
10. The Mid-Atlantic States
    Các tiểu bang Trung Đại-tây-dương
11. New England
    Vùng New England / Tân Anh-cát-lợi
12. The Southwest
    Miền Tây-nam
13. The Southeast / the South
    Miền Đông-nam / miền Nam

Regions of Mexico
Các khu vực thuộc Mễ-tây-cơ

14. The Pacific Northwest
    Miền Tây-bắc Thái-bình-dương
15. The Plateau of Mexico
    Miền Cao-nguyên Mễ-tây-cơ
16. The Gulf Coastal Plain
    Miền Đồng-bằng Duyên-hải
17. The Southern Uplands
    Miền Thượng Du Phía Nam
18. The Chiapas Highlands
    Miền Cao-nguyên Chiapas
19. The Yucatan Peninsula
    Miền Bán-đảo Yucatan

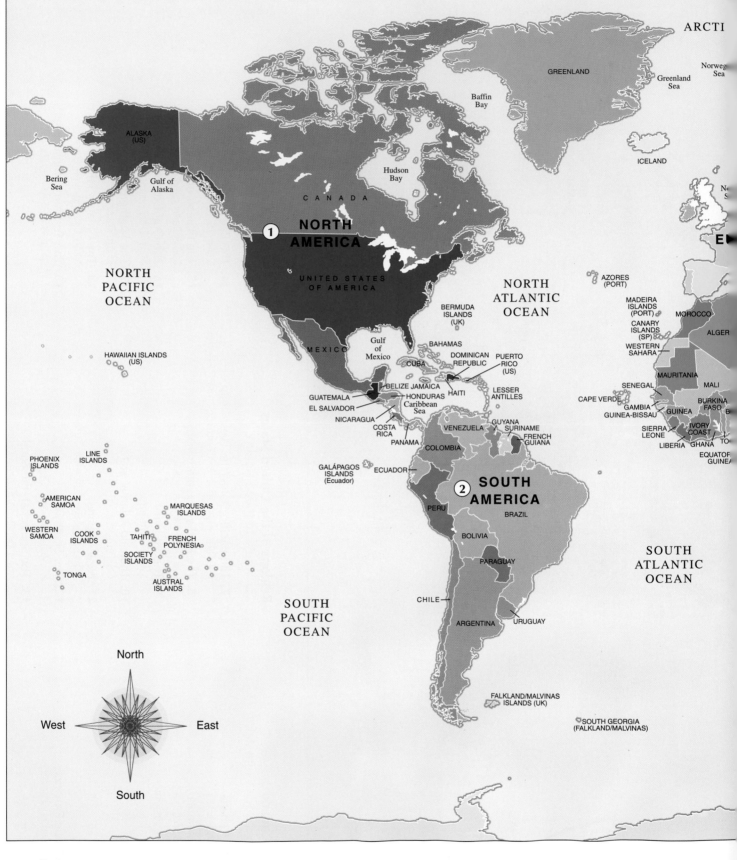

Continents
Lục Địa

1. North America
Bắc-mỹ

2. South America
Nam-mỹ

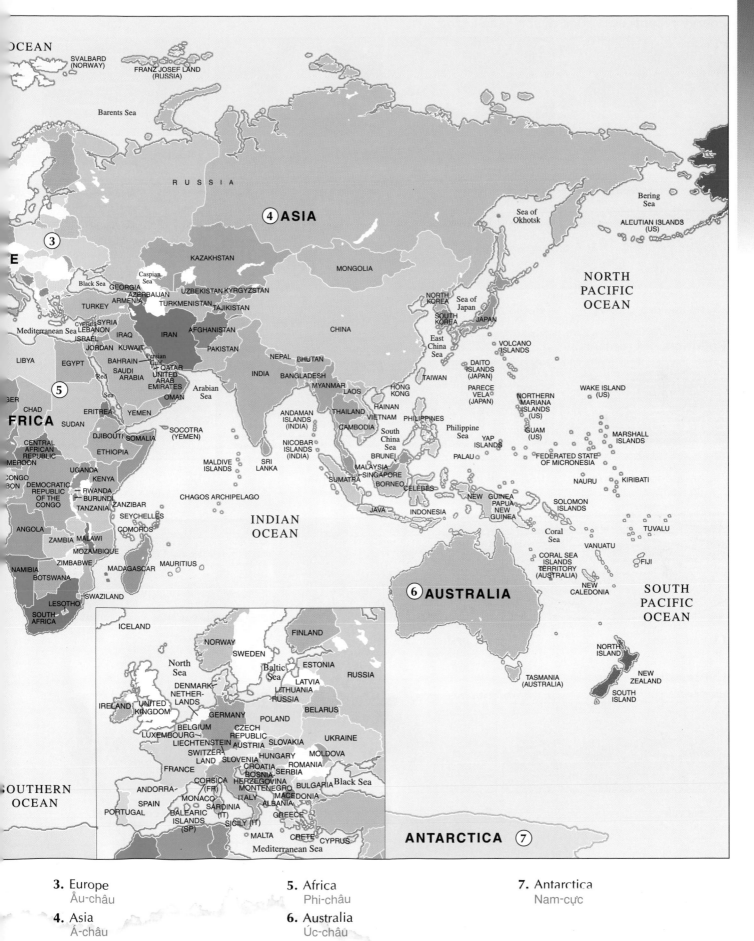

OCEAN

SVALBARD
(NORWAY)

FRANZ JOSEF LAND
(RUSSIA)

Barents Sea

R U S S I A

③

④ASIA

E

KAZAKHSTAN

Caspian
Sea

MONGOLIA

NORTH
PACIFIC
OCEAN

Bering
Sea

ALEUTIAN ISLANDS
(US)

Black Sea GEORGIA
AZERBAIJAN
ARMENIA
TURKEY

UZBEKISTAN KYRGYZSTAN
TURKMENISTAN
TAJIKISTAN

NORTH
KOREA
SOUTH
KOREA

Sea of
Japan

JAPAN

CYPRUS SYRIA
Mediterranean Sea LEBANON
ISRAEL
IRAQ
JORDAN KUWAIT

AFGHANISTAN

CHINA

East
China
Sea

VOLCANO
ISLANDS

LIBYA
EGYPT

BAHRAIN
Persian
Gulf QATAR
UNITED
ARAB
EMIRATES

IRAN

PAKISTAN

NEPAL BHUTAN

TAIWAN

DAITO
ISLANDS
(JAPAN)

⑤

Red
Sea

SAUDI
ARABIA

OMAN

Arabian
Sea

INDIA

BANGLADESH
MYANMAR
LAOS

HONG
KONG

PARECE
VELA
(JAPAN)

NORTHERN
MARIANA
ISLANDS
(US)

WAKE ISLAND
(US)

GER

FRICA

CHAD

ERITREA

SUDAN

YEMEN

SOCOTRA
(YEMEN)

THAILAND
VIETNAM
CAMBODIA

HAINAN

PHILIPPINES

Philippine
Sea

GUAM
(US)

YAP
ISLANDS

MARSHALL
ISLANDS

CENTRAL
AFRICAN
REPUBLIC
MEROON

DJIBOUTI SOMALIA

ETHIOPIA

ANDAMAN
ISLANDS
(INDIA)

South
China
Sea

BRUNEI

PALAU

FEDERATED STATE
OF MICRONESIA

CONGO
BON

UGANDA

KENYA

NICOBAR
ISLANDS
(INDIA)

MALDIVE
ISLANDS

SRI
LANKA

MALAYSIA
SINGAPORE

NAURU

KIRIBATI

DEMOCRATIC
REPUBLIC
OF THE
CONGO

RWANDA
BURUNDI

TANZANIA
ZANZIBAR

CHAGOS ARCHIPELAGO

SUMATRA
BORNEO

CELEBES

NEW GUINEA
PAPUA
NEW
GUINEA

SOLOMON
ISLANDS

TUVALU

ANGOLA

ZAMBIA

SEYCHELLES

MALAWI

COMOROS

INDIAN
OCEAN

JAVA

INDONESIA

Coral
Sea

VANUATU

FIJI

ZIMBABWE

MOZAMBIQUE

MADAGASCAR

MAURITIUS

CORAL SEA
ISLANDS
TERRITORY
(AUSTRALIA)

NAMIBIA
BOTSWANA

SWAZILAND

⑥AUSTRALIA

NEW
CALEDONIA

SOUTH
PACIFIC
OCEAN

LESOTHO

SOUTH
AFRICA

ICELAND

NORWAY

SWEDEN

FINLAND

North
Sea

Baltic
Sea

ESTONIA

RUSSIA

TASMANIA
(AUSTRALIA)

NORTH
ISLAND

NEW
ZEALAND

DENMARK
NETHER-
LANDS

LATVIA
LITHUANIA
RUSSIA

SOUTH
ISLAND

IRELAND
UNITED
KINGDOM

GERMANY

POLAND

BELARUS

BELGIUM
LUXEMBOURG
LIECHTENSTEIN

CZECH
REPUBLIC
AUSTRIA
SLOVAKIA

UKRAINE

SWITZER-
LAND
FRANCE

SLOVENIA HUNGARY
CROATIA
BOSNIA
HERZEGOVINA
MONTENEGRO

MOLDOVA
ROMANIA
SERBIA

ANDORRA

CORSICA
(FR)
MONACO

SPAIN

PORTUGAL

BALEARIC
ISLANDS
(SP)

ITALY
SARDINIA
(IT)
SICILY (IT)

BULGARIA
MACEDONIA
ALBANIA

GREECE

MALTA

CRETE

Black Sea

CYPRUS

SOUTHERN
OCEAN

Mediterranean Sea

ANTARCTICA ⑦

3. Europe
Âu-châu

4. Asia
Á-châu

5. Africa
Phi-châu

6. Australia
Úc-châu

7. Antarctica
Nam-cực

Energy resources   Các nguồn năng lượng

1. solar energy
mặt trời

2. wind
gió

3. natural gas
chất đốt

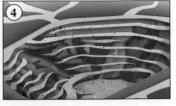
4. coal
than đá

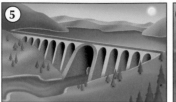
5. hydroelectric power
thủy-điện

6. oil / petroleum
dầu mỏ

7. geothermal energy
hơi nóng từ trái đất

8. nuclear energy
năng lượng nguyên tử /
nguyên tử năng

Pollution   Ô-nhiễm

9. hazardous waste
đồ phế thải

10. air pollution / smog
ô nhiễm không khí /
bụi khói

11. acid rain
mưa acid

12. water pollution
ô-nhiễm nước

13. radiation
phóng-xạ

14. pesticide poisoning
nhiễm độc do thuốc sát trùng

15. oil spill
dầu bị đổ loang

Conservation   Bảo-toàn

A. **recycle**
tái xử dụng

B. **save** water / **conserve** water
tiết-kiệm / bảo-toàn nước

C. **save** energy / **conserve** energy
tiết-kiệm / bảo-toàn năng lượng

Share your answers.

1. How do you heat your home?

2. Do you have a gas stove or an electric stove?

3. What are some ways you can save energy when it's cold?

4. Do you recycle? What products do you recycle?

5. Does your market have recycling bins?

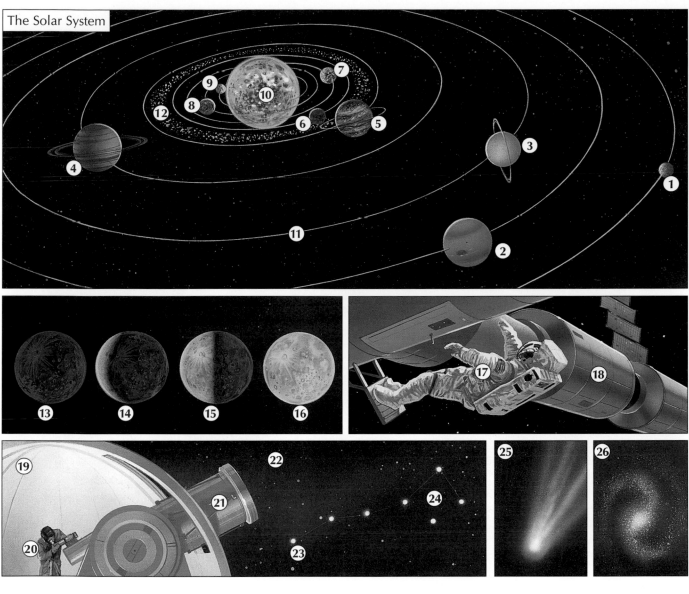

The Solar System

The planets
Các hành-tinh

1. Pluto
Diêm-vương tinh

2. Neptune
Hải-vương tinh

3. Uranus
Thiên-vương tinh

4. Saturn
Thổ tinh

5. Jupiter
Mộc tinh

6. Mars
Hỏa tinh

7. Earth
Trái đất / địa cầu

8. Venus
Kim tinh

9. Mercury
Thủy tinh

10. sun
mặt trời

11. orbit
quỹ-đạo

12. asteroid belt
vòng đai hành tinh

13. new moon
trăng mới

14. crescent moon
trăng lưỡi liềm

15. quarter moon
trăng thượng tuần

16. full moon
trăng tròn

17. astronaut
phi-hành gia không gian

18. space station
trạm không gian

19. observatory
đài quan sát

20. astronomer
nhà thiên-văn

21. telescope
kính thiên văn / viễn
vọng kính

22. space
không gian

23. star
ngôi sao

24. constellation
chòm sao

25. comet
thiên hà / sao chổi

26. galaxy
ngân hà

More vocabulary

lunar eclipse: when the earth is between the sun and
the moon

solar eclipse: when the moon is between the earth and
the sun

Share your answers.

1. Do you know the names of any constellations?

2. How do you feel when you look up at the night sky?

3. Is the night sky in the U.S. the same as in your country?

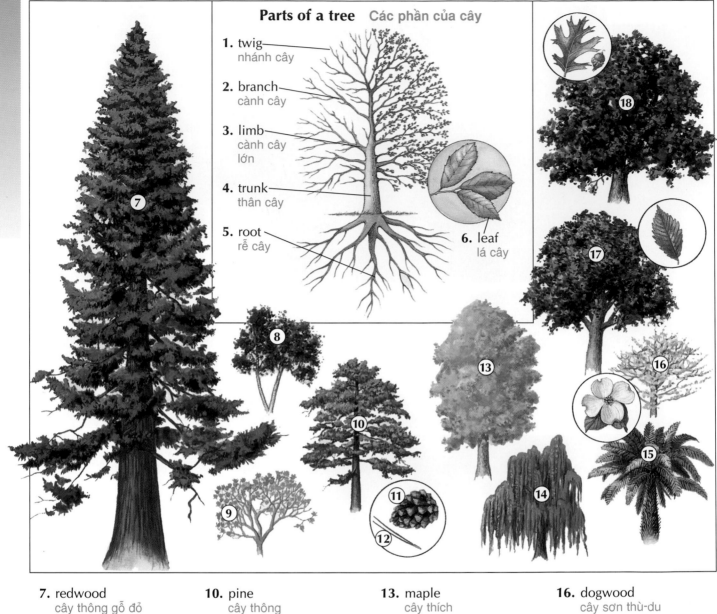

Parts of a tree   Các phần của cây

1. twig
   nhánh cây
2. branch
   cành cây
3. limb
   cành cây lớn
4. trunk
   thân cây
5. root
   rễ cây
6. leaf
   lá cây

7. redwood
   cây thông gỗ đỏ

8. birch
   cây phong

9. magnolia
   cây mộc lan

10. pine
    cây thông

11. pinecone
    quả thông

12. needle
    lá thông

13. maple
    cây thích

14. willow
    cây liễu

15. palm
    cây cọ

16. dogwood
    cây sơn thù-du

17. elm
    cây du

18. oak
    cây sồi

Plants   Thực vật

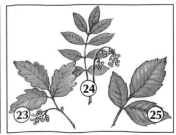

19. holly
    cây ô-rô

20. berries
    cây be-ri

21. cactus
    cây xương rồng

22. vine
    cây nho

23. poison oak
    cây sồi độc

24. poison sumac
    cây thù du độc

25. poison ivy
    cây trường xuân độc

Parts of a flower   Các bộ phận của một cây hoa

1. seed
hạt giống

2. seedling
cây con

3. root
rễ

4. stem
cuống

5. leaf
lá

6. bud
nụ

7. flower
hoa

8. petal
cánh hoa

9. bulb
giò hoa, củ

10. sunflower
hoa hướng dương

11. tulip
hoa tu-líp

12. hibiscus
hoa dâm bụt

13. marigold
hoa cúc vạn thọ

14. daisy
hoa cúc dại

15. rose
hoa hồng

16. gardenia
hoa sơn chi

17. orchid
hoa lan

18. carnation
hoa cẩm chướng

19. chrysanthemum
hoa cúc

20. iris
hoa diên vĩ

21. jasmine
hoa lài / hoa nhài

22. violet
hoa tím

23. poinsettia
hoa trạng nguyên

24. lily
hoa loa kèn

25. crocus
hoa nghệ tây

26. daffodil
hoa thủy tiên

27. bouquet
bó hoa

28. thorn
gai

29. houseplant
cây trồng trong nhà

Parts of a fish   Các bộ phận của một con cá   **Sea animals**   Các sinh vật sống ở biển

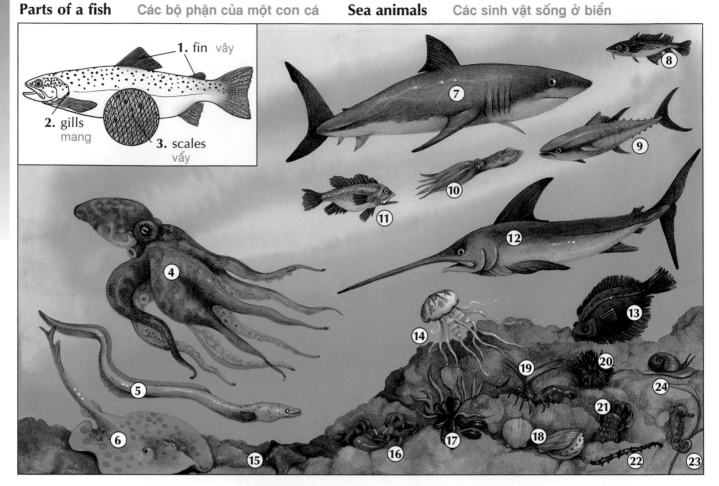

1. fin vây
2. gills mang
3. scales vẩy

4. octopus bạch tuộc	**11.** bass cá vược	**18.** scallop ngao
5. eel lươn	**12.** swordfish cá kiếm	**19.** shrimp tôm
6. ray cá đuối	**13.** flounder cá thờn bơn	**20.** sea urchin nhím biển
7. shark cá mập	**14.** jellyfish con sứa	**21.** sea anemone hải quì
8. cod cá tuyết	**15.** starfish sao biển	**22.** worm giun
9. tuna cá thu	**16.** crab cua	**23.** sea horse hải mã
10. squid cá mực	**17.** mussel sò	**24.** snail sên

Amphibians   Giống lội nước

25. frog   ếch   **26.** newt   sa giông   **27.** salamander   kỳ nhông   **28.** toad   cóc

Sea mammals   Động vật có vú ở biển

29. whale
cá voi

30. dolphin
cá heo

31. porpoise
một giống cá heo

32. walrus
con moóc

33. seal
hải cẩu

34. sea lion
hải sư

35. otter
rái cá

Reptiles   Giống bò sát

36. alligator
cá sấu

37. crocodile
cá sấu

38. rattlesnake
rắn rung chuông

39. garter snake
rắn cạp nong

40. cobra
rắn hổ mang

41. lizard
thằn lằn

42. turtle
rùa

Parts of a bird Bộ phận của một con chim

1. beak/bill
mỏ

2. wing
cánh

3. nest
tổ chim

4. claw
móng

5. feather
lông

6. owl
chim cú

9. woodpecker
chim gõ kiến

12. penguin
chim cánh cụt

15. peacock
con công

7. blue jay
chim giẻ cùi

10. eagle
chim đại bàng

13. duck
vịt

16. pigeon
chim bồ câu

8. sparrow
chim sẻ

11. hummingbird
chim ruồi

14. goose
ngỗng

17. robin
chim chào mào

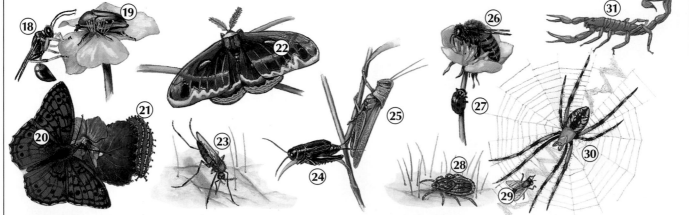

18. wasp
ong vò vẽ

22. moth
bướm đêm

26. honeybee
ong mật

30. spider
nhện

19. beetle
bọ hung

23. mosquito
muỗi

27. ladybug
bọ rùa

31. scorpion
bọ cạp

20. butterfly
bướm

24. cricket
dế

28. tick
ve

21. caterpillar
sâu bướm

25. grasshopper
châu chấu

29. fly
ruồi

Farm animals   Nông súc

1. goat dê	**3.** cow bò	**5.** hen gà mái	**7.** sheep cừu
2. donkey lừa	**4.** horse ngựa	**6.** rooster gà trống	**8.** pig heo, lợn

Pets   Thú vật nuôi trong nhà

9. cat mèo	**11.** dog chó	**13.** rabbit thỏ	**15.** parakeet vẹt đuôi dài
10. kitten mèo con	**12.** puppy chó con	**14.** guinea pig chuột bạch	**16.** goldfish cá vàng

Rodents   Loài gặm nhấm

17. mouse chuột nhắt	**19.** gopher chuột túi	**21.** squirrel sóc
18. rat chuột lớn	**20.** chipmunk sóc chuột	**22.** prairie dog sóc chó

More vocabulary

Wild animals live, eat, and raise their young away from people, in the forests, mountains, plains, etc.

Domesticated animals work for people or live with them.

Share your answers.

1. Do you have any pets? any farm animals?
2. Which of these animals are in your neighborhood? Which are not?

1. moose nai Bắc Âu	**5.** wolf chó sói	**9.** beaver hải li	**13.** raccoon gấu trúc Mỹ
2. mountain lion sư tử núi	**6.** buffalo/bison bò rừng Bắc Mỹ	**10.** porcupine nhím	**14.** deer nai
3. coyote sói đồng cỏ	**7.** bat dơi	**11.** bear gấu	**15.** fox cáo, chồn
4. opossum ô-pốt-sâm (có túi đựng con)	**8.** armadillo con ta tu	**12.** skunk chồn hôi	

16. antler gạc nai	**18.** whiskers râu mép	**20.** paw bàn chân	**22.** tail đuôi
17. hoof móng	**19.** coat/fur bộ lông	**21.** horn sừng	**23.** quill lông cánh

24. anteater
loài ăn kiến

25. leopard
báo

26. llama
lạc đà không bướu

27. monkey
khỉ

28. chimpanzee
tinh tinh

29. rhinoceros
tê giác

30. gorilla
khỉ đột

31. hyena
linh cẩu

32. baboon
khỉ đầu chó

33. giraffe
hươu cao cổ

34. zebra
ngựa vằn

35. antelope
sơn dương

36. lion
sư tử

37. tiger
hổ, cọp

38. camel
lạc đà

39. panther
báo sư tử

40. orangutan
đười ươi

41. panda
gấu trúc

42. elephant
voi

43. hippopotamus
hà mã

44. kangaroo
căng-gu-ru, đại thử

45. koala
gấu túi / cao-lơ

46. platypus
pla-ti-pút

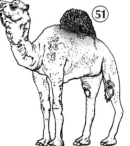

47. trunk
vòi

48. tusk
ngà

49. mane
bờm

50. pouch
túi

51. hump
. bướu

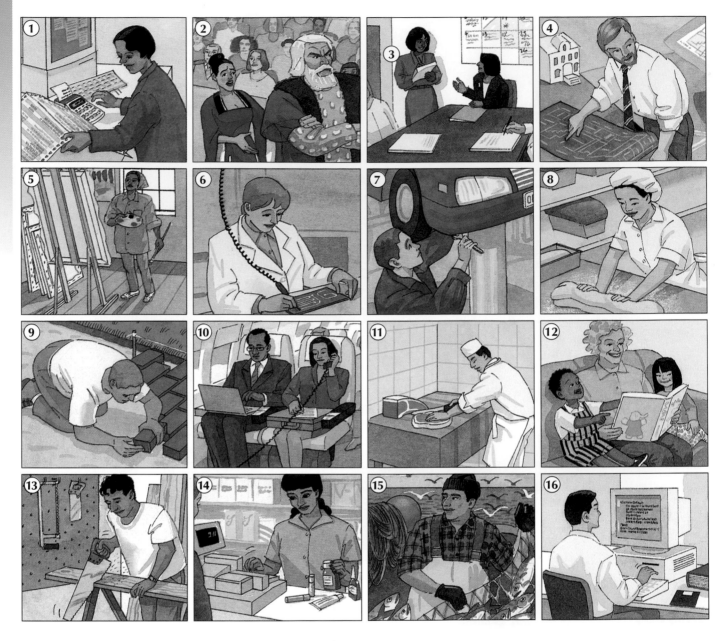

1. **accountant**
   kế toán viên

2. **actor**
   diễn viên

3. **administrative assistant**
   trợ tá hành chính

4. **architect**
   kiến trúc sư

5. **artist**
   nghệ sĩ

6. **assembler**
   thợ lắp ráp

7. **auto mechanic**
   thợ máy ô tô

8. **baker**
   thợ làm bánh

9. **bricklayer**
   thợ nề

10. **businessman/businesswoman**
    nhà doanh nghiệp (nam/nữ)

11. **butcher**
    người bán thịt, đồ tể

12. **caregiver/baby-sitter**
    người săn sóc/người giữ trẻ

13. **carpenter**
    thợ mộc

14. **cashier**
    thu ngân viên

15. **commercial fisher**
    người đánh cá thương mại

16. **computer programmer**
    thảo chương viên máy điện toán

Use the new language.

1. Who works outside?

2. Who works inside?

3. Who makes things?

4. Who uses a computer?

5. Who wears a uniform?

6. Who sells things?

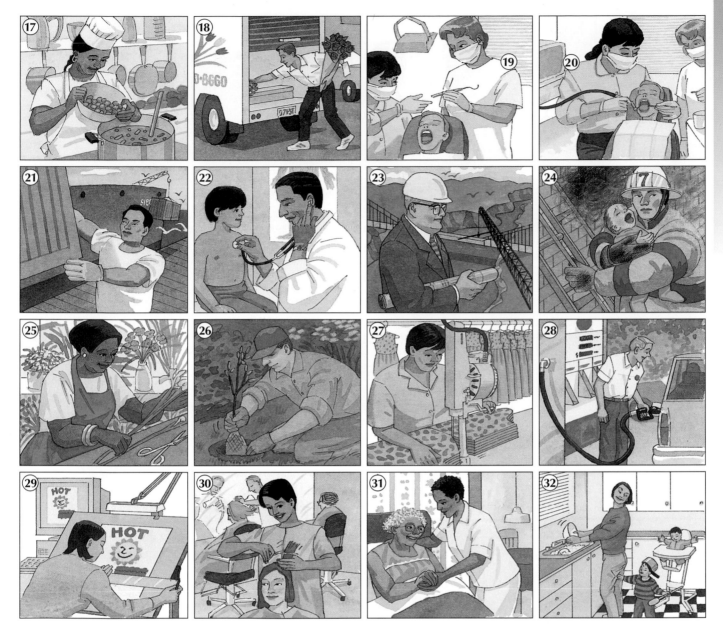

17. cook
người nấu ăn, đầu bếp

18. delivery person
người giao hàng

19. dental assistant
trợ tá nha sĩ

20. dentist
nha sĩ

21. dockworker
công nhân bến tàu

22. doctor
bác sĩ

23. engineer
kỹ sư

24. firefighter
nhân viên cứu hỏa

25. florist
người bán hoa

26. gardener
người làm vườn

27. garment worker
công nhân làm quần áo

28. gas station attendant
người phục vụ tại trạm xăng

29. graphic artist
họa đồ viên / người vẽ họa đồ

30. hairdresser
thợ làm tóc

31. home attendant
người giúp việc nhà

32. homemaker
người nội trợ

Share your answers.

1. Do you know people who have some of these jobs?
What do they say about their work?

2. Which of these jobs are available in your city?

3. For which of these jobs do you need special training?

33. **housekeeper**
    quản gia

34. **interpreter / translator**
    thông dịch viên / người dịch

35. **janitor / custodian**
    gác dan / lao công

36. **lawyer**
    luật sư

37. **machine operator**
    người điều khiển máy

38. **messenger / courier**
    người đưa tin

39. **model**
    người mẫu

40. **mover**
    người dọn nhà

41. **musician**
    người chơi nhạc, nhạc công

42. **nurse**
    nữ y tá

43. **painter**
    thợ sơn

44. **police officer**
    cảnh sát

45. **postal worker**
    công nhân bưu điện

46. **printer**
    thợ in

47. **receptionist**
    tiếp viên

48. **repair person**
    thợ sửa chữa

Talk about each of the jobs or occupations.

She's a housekeeper. She works in a hotel.

He's an interpreter. He works for the government.

She's a nurse. She works with patients.

49. reporter
phóng viên

50. salesclerk / salesperson
người bán hàng

51. sanitation worker
công nhân vệ sinh

52. secretary
thư ký

53. server
người phục vụ

54. serviceman / servicewoman
nhà binh / người phục vụ
(trong quân đội)

55. stock clerk
nhân viên coi kho

56. store owner
chủ tiệm

57. student
sinh viên / học sinh

58. teacher / instructor
giáo viên / giảng viên

59. telemarketer
nhân viên tiếp thị vô tuyến

60. travel agent
nhân viên hãng du lịch

61. truck driver
tài-xế xe vận tải

62. veterinarian
bác sĩ thú y

63. welder
thợ hàn

64. writer / author
nhà văn / tác giả

Talk about your job or the job you want.

What do you do?

I'm <u>a salesclerk</u>. I work in <u>a store</u>.

What do you want to do?

I want to be <u>a veterinarian</u>. I want to work with <u>animals</u>.

A. **assemble** components
lắp ráp các thành phần / bộ phận

B. **assist** medical patients
giúp đỡ các bệnh nhân

C. **cook**
nấu nướng

D. **do** manual labor
làm việc chân tay

E. **drive** a truck
lái xe vận tải

F. **operate** heavy machinery
điều khiển máy móc nặng

G. **repair** appliances
sửa chữa dụng cụ trong nhà

H. **sell** cars
bán xe

I. **sew** clothes
may quần áo

J. **speak** another language
nói một thứ tiếng khác

K. **supervise** people
giám sát / quản lý nhân viên

L. **take care** of children
trông coi trẻ

M. **type**
đánh máy

N. **use** a cash register
sử dụng máy tính tiền

O. **wait on** customers
phục vụ khách hàng

P. **work** on a computer
sử dụng máy điện toán

More vocabulary

act: to perform in a play, movie, or TV show

fly: to pilot an airplane

teach: to instruct, to show how to do something

Share your answers.

1. What job skills do you have? Where did you learn them?

2. What job skills do you want to learn?

A. **talk** to friends
nói chuyện với bạn bè

B. **look** at a job board
xem bảng tìm việc

C. **look** for a help wanted sign
tìm bảng quảng cáo cần người

D. **look** in the classifieds
xem mục rao vặt

E. **call** for information
gọi điện thoại hỏi chi tiết

F. **ask** about the hours
hỏi về số giờ làm việc

G. **fill out** an application
điền mẫu đơn

H. **go** on an interview
đi phỏng vấn

I. **talk** about your experience
nói về kinh nghiệm của bạn

J. **ask** about benefits
hỏi về quyền lợi

K. **inquire** about the salary
hỏi về lương

L. **get hired**
được mướn, được thuê làm

1. desk bàn giấy	**6.** desk calendar lịch để bàn	**11.** file folder bìa kẹp hồ sơ
2. typewriter máy chữ	**7.** desk pad tấm đệm bàn giấy	**12.** file clerk nhân viên lo về hồ sơ
3. secretary thư ký	**8.** calculator máy tính	**13.** supply cabinet tủ đựng vật liệu
4. microcassette transcriber máy ghi vi cát-sét	**9.** electric pencil sharpener máy gọt bút chì bằng điện	**14.** photocopier máy sao chụp
5. stacking tray khay đựng hồ sơ	**10.** file cabinet tủ đựng hồ sơ	

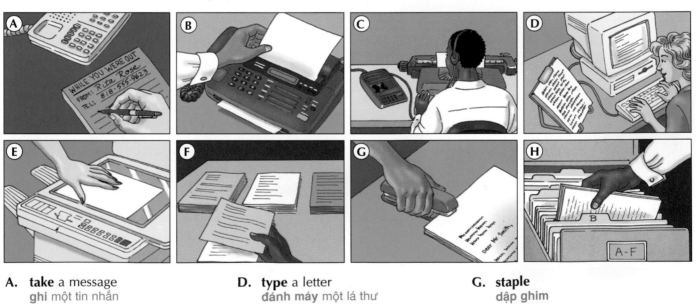

A. take a message **ghi** một tin nhắn	**D. type** a letter **đánh máy** một lá thư	**G. staple** **dập ghim**
B. fax a letter **đánh phắc** một lá thư	**E. make** copies **sao / làm thành** nhiều bản	**H. file** papers **lưu trữ** giấy tờ
C. transcribe notes **chuyển biên** những điều ghi chép	**F. collate** papers **tập hợp / sắp xếp** giấy tờ	

Practice taking messages.

Hello. My name is <u>Sara Scott</u>. Is <u>Mr. Lee</u> in?

   Not yet. Would you like to leave a message?

Yes. Please ask <u>him</u> to call me at <u>555-4859</u>.

Share your answers.

1. Which office equipment do you know how to use?
2. Which jobs does a file clerk do?
3. Which jobs does a secretary do?

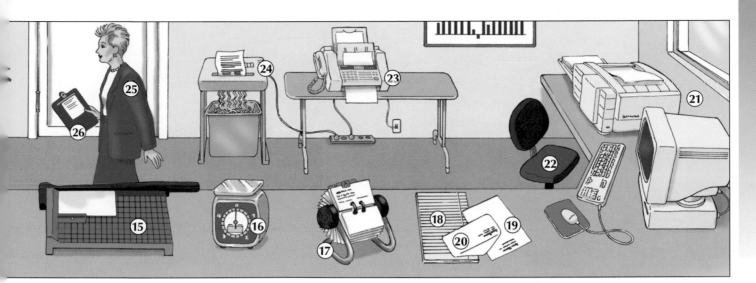

15. paper cutter
    dao cắt giấy

16. postal scale
    cân bưu-điện

17. rotary card file
    máy rô-lo-đếch

18. legal pad
    tập giấy ghi chép

19. letterhead paper
    giấy có tiêu đề

20. envelope
    phong bì

21. computer workstation
    trạm làm việc máy điện toán

22. swivel chair
    ghế xoay

23. fax machine
    máy đánh phắc

24. paper shredder
    máy cắt vụn giấy

25. office manager
    giám đốc văn phòng

26. clipboard
    bảng kẹp để ghi chép

27. appointment book
    sổ hẹn

28. stapler
    máy dập ghim

29. staple
    ghim dập

30. organizer
    sổ ghi chép có phân bố
    các phần khác nhau

31. typewriter cartridge
    băng máy chữ

32. mailer
    gói bưu phẩm

33. correction fluid
    thuốc tẩy xóa

34. Post-it notes
    tập giấy ghi chép dính
    sẵn

35. label
    nhãn

36. notepad
    tập giấy ghi chép

37. glue
    keo, hồ

38. rubber cement
    chất gắn cao su

39. clear tape
    băng dính trong

40. rubber stamp
    con dấu cao su

41. ink pad
    hộp mực con dấu

42. packing tape
    băng dính để đóng
    thùng

43. pushpin
    kim gút

44. paper clip
    kẹp giấy

45. rubber band
    dây cao su

Use the new language.

1. Which items keep things together?

2. Which items are used to mail packages?

3. Which items are made of paper?

Share your answers.

1. Which office supplies do students use?

2. Where can you buy them?

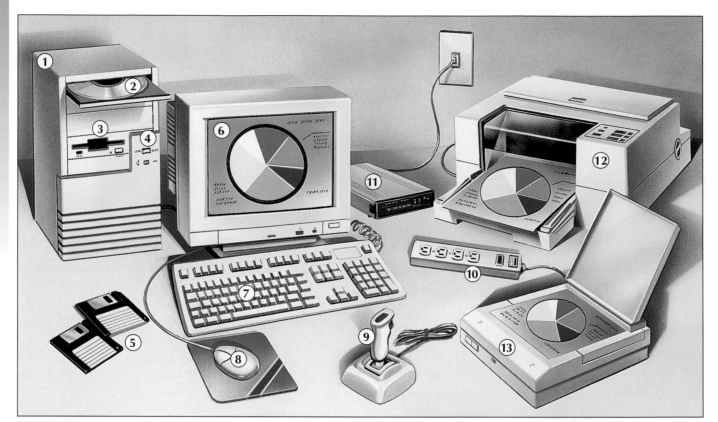

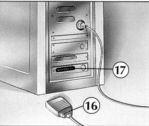

Hardware
Phần cứng

1. CPU (central processing unit)
   bộ xử lý trung tâm

2. CD-ROM disc
   đĩa CD ROM

3. disk drive
   thiết bị chuyển dữ liệu của máy điện toán

4. power switch
   nút bật điện

5. disk / floppy
   đĩa mềm

6. monitor / screen
   màn hình

7. keyboard
   bàn phím / ki-bọt

8. mouse
   con chuột

9. joystick
   cần điều khiển

10. surge protector
    bộ phận bảo vệ khi có vọt điện

11. modem
    mô-đâm / bộ phận nối hệ thống máy điện toán

12. printer
    máy in

13. scanner
    máy phân hình (scanner)

14. laptop
    máy điện toán xách tay

15. trackball
    bi lăn

16. cable
    dây cáp

17. port
    ngõ

18. motherboard
    tấm mẹ (motherboard)

19. slot
    khe

20. hard disk drive
    thiết bị chuyển đĩa cứng

Software
Phần mềm / Nhu liệu

21. program / application
    lập trình / ứng dụng

22. user's manual
    sách chỉ dẫn

More vocabulary

data: information that a computer can read

memory: how much data a computer can hold

speed: how fast a computer can work with data

Share your answers.

1. Can you use a computer?

2. How did you learn? in school? from a book? by yourself?

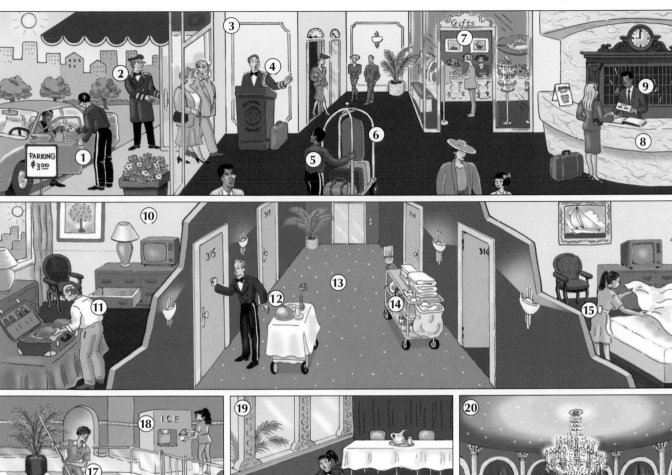

1. **valet parking**
   đậu xe có người phục vụ

2. **doorman**
   người gác cửa

3. **lobby**
   hành lang

4. **bell captain**
   nhân viên phụ trách những
   người trực tầng

5. **bellhop**
   người phục vụ

6. **luggage cart**
   xe đẩy chở hành lý

7. **gift shop**
   tiệm bán đồ lưu niệm

8. **front desk**
   bàn giấy phía trước

9. **desk clerk**
   nhân viên bàn giấy

10. **guest room**
    phòng dành cho khách

11. **guest**
    khách

12. **room service**
    phục vụ tại phòng

13. **hall**
    hội trường

14. **housekeeping cart**
    xe đẩy của quản gia

15. **housekeeper**
    quản gia

16. **pool**
    hồ bơi / hồ tắm

17. **pool service**
    phục vụ tại hồ bơi

18. **ice machine**
    máy làm nước đá

19. **meeting room**
    phòng họp

20. **ballroom**
    phòng khiêu vũ

More vocabulary

concierge: the hotel worker who helps guests find
restaurants and interesting places to go

service elevator: an elevator for hotel workers

Share your answers.

1. Does this look like a hotel in your city? Which one?

2. Which hotel job is the most difficult?

3. How much does it cost to stay in a hotel in your city?

1. front office
văn phòng tiếp tân

2. factory owner
chủ nhà máy

3. designer
người thiết kế

4. time clock
đồng hồ chỉ thời gian

5. line supervisor
người giám sát dây chuyền

6. factory worker
công nhân nhà máy

7. parts
bộ phận

8. assembly line
dây chuyền lắp ráp

9. warehouse
nhà kho

10. order puller
người nhận đặt hàng (order puller)

11. hand truck
xe tải con (đẩy tay)

12. conveyor belt
băng tải

13. packer
người đóng gói hàng

14. forklift
máy nâng hàng

15. shipping clerk
nhân viên đặc trách vận chuyển hàng

16. loading dock
bến chất hàng lên chở đi

A. **design**
thiết kế

B. **manufacture**
chế tạo

C. **ship**
chở bằng tàu thủy

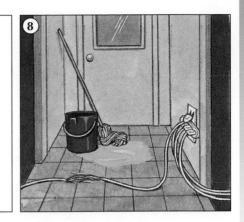

1. electrical hazard
   rủi ro về điện

2. flammable
   có thể cháy được

3. poison
   chất độc / độc chất

4. corrosive
   chất ăn mòn

5. biohazard
   rủi ro về sinh học

6. radioactive
   phóng xạ

7. hazardous materials
   những chất nguy hiểm

8. dangerous situation
   tình hình nguy hiểm

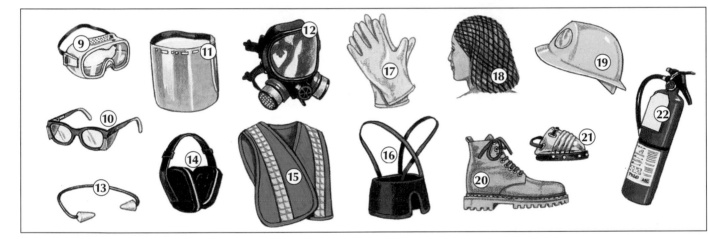

9. safety goggles
   kính bảo toàn

10. safety glasses
    kính an toàn

11. safety visor
    tấm che mặt an toàn

12. respirator
    máy hô hấp nhân tạo

13. earplugs
    nút tai

14. safety earmuffs
    bao tai an toàn

15. safety vest
    áo vét an toàn

16. back support
    đỡ lưng

17. latex gloves
    găng cao su

18. hair net
    lưới bao tóc

19. hard hat
    mũ cứng

20. safety boot
    giầy bốt an toàn

21. toe guard
    bảo vệ ngón chân

22. fire extinguisher
    bình chữa lửa

23. careless
    bất cẩn, vô ý

24. careful
    cẩn thận

Crops Mùa Màng

1. rice
   gạo

2. wheat
   lúa mì

3. soybeans
   đậu nành

4. corn
   ngô / bắp

5. alfalfa
   cỏ linh lăng

6. cotton
   bông

7. field
   đồng

8. farmworker
   người làm ruộng

9. tractor
   máy kéo

10. farm equipment
    dụng cụ làm ruộng /
    nông cụ

11. barn
    kho thóc, vựa

12. vegetable garden
    vườn rau

13. livestock
    trâu bò

14. vineyard
    vườn nho

15. farmer / grower
    người làm ruộng /
    người trồng trọt

16. orchard
    vườn cây ăn trái

17. corral
    bãi quây trâu bò

18. hay
    cỏ khô

19. fence
    hàng rào

20. hired hand
    người làm thuê

21. steers / cattle
    trâu bò

22. rancher
    chủ trại chăn nuôi

A. **plant**
   trồng

B. **harvest**
   gặt, thu hoạch

C. **milk**
   vắt sữa

D. **feed**
   cho ăn, nuôi

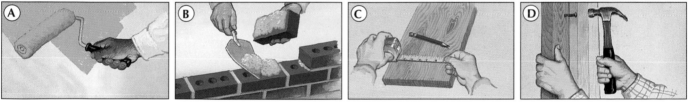

1. construction worker
   công nhân xây cất

2. ladder
   thang

3. I beam / girder
   xà / dầm

4. scaffolding
   giàn xây cất

5. cherry picker
   cần trục để công nhân làm việc ở trên cao

6. bulldozer
   xe ủi đất

7. crane
   cần câu

8. backhoe
   một loại cuốc (backhoe)

9. jackhammer / pneumatic drill
   máy khoan bằng khí nén / máy khoan hơi

10. concrete
    xi măng cốt sắt

11. bricks
    gạch

12. trowel
    bay

13. insulation
    cách nhiệt

14. stucco
    vữa

15. window pane
    ô kính cửa sổ

16. plywood
    gỗ dán

17. wood / lumber
    gỗ / gỗ súc

18. drywall
    tường đá tiền chế không cần vữa

19. shingles
    ván lợp / ngói lợp

20. pickax
    cuốc chim

21. shovel
    sẻng

22. sledgehammer
    búa tạ

A. **paint**
   sơn

B. **lay** bricks
   đặt gạch / lát gạch

C. **measure**
   đo

D. **hammer**
   đóng bằng búa

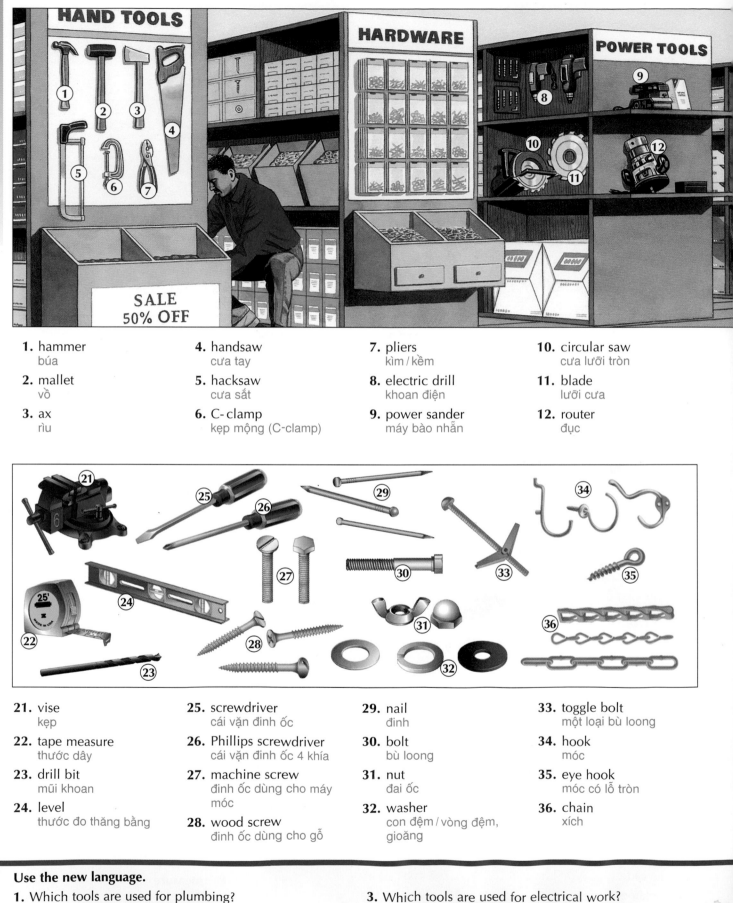

1. hammer
búa

2. mallet
vồ

3. ax
rìu

4. handsaw
cưa tay

5. hacksaw
cưa sắt

6. C-clamp
kẹp mộng (C-clamp)

7. pliers
kìm / kềm

8. electric drill
khoan điện

9. power sander
máy bào nhẵn

10. circular saw
cưa lưỡi tròn

11. blade
lưỡi cưa

12. router
đục

21. vise
kẹp

22. tape measure
thước dây

23. drill bit
mũi khoan

24. level
thước đo thăng bằng

25. screwdriver
cái vặn đinh ốc

26. Phillips screwdriver
cái vặn đinh ốc 4 khía

27. machine screw
đinh ốc dùng cho máy
móc

28. wood screw
đinh ốc dùng cho gỗ

29. nail
đinh

30. bolt
bù loong

31. nut
đai ốc

32. washer
con đệm / vòng đệm,
gioăng

33. toggle bolt
một loại bù loong

34. hook
móc

35. eye hook
móc có lỗ tròn

36. chain
xích

Use the new language.

1. Which tools are used for plumbing?

2. Which tools are used for painting?

3. Which tools are used for electrical work?

4. Which tools are used for working with wood?

13. wire
dây

14. extension cord
dây điện nối dài thêm

15. yardstick
thước cây (1 yard)

16. pipe
ống dẫn

17. fittings
đồ để lắp ráp

18. wood
gỗ

19. spray gun
ống sơn xì, máy sơn xì

20. paint
sơn

37. wire stripper
kìm lột vỏ dây điện

38. electrical tape
băng dính dùng cho dây điện

39. flashlight
đèn pin

40. battery
pin

41. outlet
lỗ cắm điện

42. pipe wrench
kìm vặn ống nước

43. wrench
kìm vặn, cờ-lê

44. plunger
que thụt để thông nhà vệ sinh

45. paint pan
khay đựng sơn

46. paint roller
trục lăn sơn, ống lăn sơn

47. paintbrush
chổi sơn

48. scraper
cái cạo

49. masking tape
băng dính dùng khi sơn

50. sandpaper
giấy nhám, giấy ráp

51. chisel
cái đục, cái chàng

52. plane
cái bào

Use the new language.

Look at **Household Problems and Repairs,** pages **48–49.**

Name the tools you use to fix the problems you see.

Share your answers.

1. Which tools do you have in your home?

2. Which tools can be dangerous to use?

Places to Go   Những Nơi Đi Thăm

1. **zoo**
   sở thú

2. **animals**
   thú

3. **zookeeper**
   người trông coi vườn thú

4. **botanical gardens**
   vườn bách thảo

5. **greenhouse**
   nhà kính

6. **gardener**
   người làm vườn

7. **art museum**
   viện bảo tàng nghệ thuật

8. **painting**
   tranh, bức tranh

9. **sculpture**
   nghệ thuật điêu khắc,
   tác phẩm điêu khắc

10. **the movies**
    xi-nê, phim ảnh, chớp bóng

11. **seat**
    chỗ ngồi

12. **screen**
    màn ảnh

13. **amusement park**
    công viên giải trí

14. **puppet show**
    múa rối

15. **roller coaster**
    trò chơi lên thác xuống ghềnh

16. **carnival**
    lễ hội

17. **rides**
    chuyến đi

18. **game**
    trò chơi

19. **county fair**
    chợ phiên của quận

20. **first place / first prize**
    giải nhất

21. **exhibition**
    triển lãm

22. **swap meet / flea market**
    chợ trời

23. **booth**
    quầy hàng / xạp hàng

24. **merchandise**
    hàng hóa

25. **baseball game**
    trận đấu bóng chày

26. **stadium**
    sân vận động

27. **announcer**
    người giới thiệu chương trình

Talk about the places you like to go.

I like animals, so I go to the zoo.

I like rides, so I go to underlined carnivals.

Share your answers.

1. Which of these places is interesting to you?

2. Which rides do you like at an amusement park?

3. What are some famous places to go to in your country?

152

1. ball field sân chơi bóng / sân banh	**8.** picnic table bàn picnic	**15.** sandbox sân nhỏ có cát, hộp cát
2. bike path đường dành cho xe đạp	**9.** tricycle xe ba bánh	**16.** seesaw ván bập bênh
3. cyclist người đi xe đạp	**10.** bench ghế dài	**A.** **pull** the wagon **kéo** xe
4. bicycle / bike xe đạp	**11.** water fountain vòi nước phun	**B.** **push** the swing **đẩy** cái đu
5. jump rope dây nhảy	**12.** swings đu	**C.** **climb** on the bars **leo** trên những thanh sắt
6. duck pond ao thả vịt	**13.** slide cầu trượt / cầu tuột	**D.** **picnic / have** a picnic **đi** picnic
7. tennis court sân quần vợt	**14.** climbing apparatus khung tập leo trèo	

1. camping
đi cắm trại

2. boating
đi chơi thuyền

3. canoeing
đi chơi thuyền độc mộc

4. rafting
đi chơi bè

5. fishing
đi câu

6. hiking
đi bộ đường dài

7. backpacking
đi bộ đường dài có mang theo ba lô

8. mountain biking
đi xe đạp trên núi

9. horseback riding
đi cưỡi ngựa

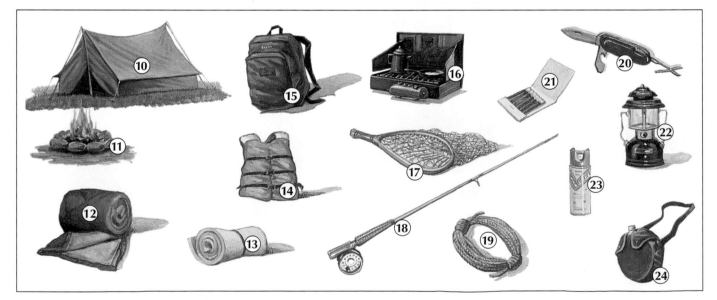

10. tent
lều

11. campfire
lửa trại

12. sleeping bag
túi ngủ, chăn chui

13. foam pad
tấm lót bằng bọt

14. life vest
áo cứu sinh, phao cứu sinh

15. backpack
ba lô / túi đeo lưng

16. camping stove
bếp lò để cắm trại

17. fishing net
lưới bắt cá

18. fishing pole
cần câu

19. rope
dây

20. multi-use knife
dao đa dụng

21. matches
diêm, quẹt

22. lantern
đèn lồng

23. insect repellent
thuốc chống sâu bọ

24. canteen
bình nước

1. ocean/water đại dương/nước	9. beach umbrella dù che nắng ở bãi biển	17. sunbather người tắm nắng
2. fins chân vịt	10. sand castle lâu đài bằng cát	18. lifeguard người cứu đắm
3. diving mask mặt nạ lặn, kính lặn	11. cooler thùng giữ lạnh	19. lifesaving device thiết bị cứu sinh
4. sailboat thuyền buồm	12. shade dù che	20. lifeguard station trạm cứu đắm
5. surfboard ván trượt sóng	13. sunscreen/sunblock dầu thoa chống nắng	21. seashell sò ốc
6. wave sóng	14. beach chair ghế đi biển	22. pail/bucket thùng/xô
7. wet suit quần áo lặn	15. beach towel khăn dùng ở bãi biển	23. sand cát
8. scuba tank bình hơi	16. pier cầu tầu	24. rock đá

More vocabulary

seaweed: a plant that grows in the ocean

tide: the level of the ocean. The tide goes in and out every twelve hours.

Share your answers.

1. Are there any beaches near your home?

2. Do you prefer to spend more time on the sand or in the water?

3. Where are some of the world's best beaches?

155

A.	**walk** đi bộ	E.	**catch** bắt	I.	**shoot** sút bóng	L.	**kick** đá
B.	**jog** chạy chậm / chạy bộ	F.	**pitch** ném / thảy	J.	**jump** nhảy	M.	**tackle** cản phá
C.	**run** chạy	G.	**hit** đánh	K.	**dribble / bounce** lừa bóng / rê bóng, đi bóng		
D.	**throw** ném	H.	**pass** chuyền bóng				

Practice talking about what you can do.

I can <u>swim</u>, but I can't <u>dive</u>.

I can <u>pass the ball</u> well, but I can't <u>shoot</u> too well.

Use the new language.

Look at **Individual Sports**, page **159**.

Name the actions you see people doing.

The man in number 18 is riding a horse.

N. **serve**
   giao bóng

O. **swing**
   đánh móc vòng

P. **exercise / work out**
   vận động / tập thể dục

Q. **stretch**
   duỗi, vươn

R. **bend**
   cúi xuống

S. **dive**
   lặn

T. **swim**
   bơi

U. **ski**
   trượt tuyết

V. **skate**
   trượt băng

W. **ride**
   cưỡi

X. **start**
   khởi hành

Y. **race**
   đua

Z. **finish**
   tới đích

Share your answers.

1. What do you like to do?
2. What do you have difficulty doing?
3. How often do you exercise? Once a week? Two or three times a week? More? Never?
4. Which is more difficult, throwing a ball or catching it?

1. **score**
   tỷ số

2. **coach**
   huấn luyện viên

3. **team**
   đội bóng / đội banh

4. **fan**
   người hâm mộ

5. **player**
   cầu thủ

6. **official / referee**
   trọng tài

7. **basketball court**
   sân bóng rổ

8. **basketball**
   bóng rổ

9. **baseball**
   bóng chày

10. **softball**
    bóng ném

11. **football**
    bóng đá Mỹ

12. **soccer**
    bóng đá / bóng tròn / túc cầu

13. **ice hockey**
    khúc côn cầu trên băng

14. **volleyball**
    bóng chuyền

15. **water polo**
    bóng nước

More vocabulary

captain: the team leader

umpire: in baseball, the name for referee

Little League: a baseball league for children

win: to have the best score

lose: the opposite of win

tie: to have the same score as the other team

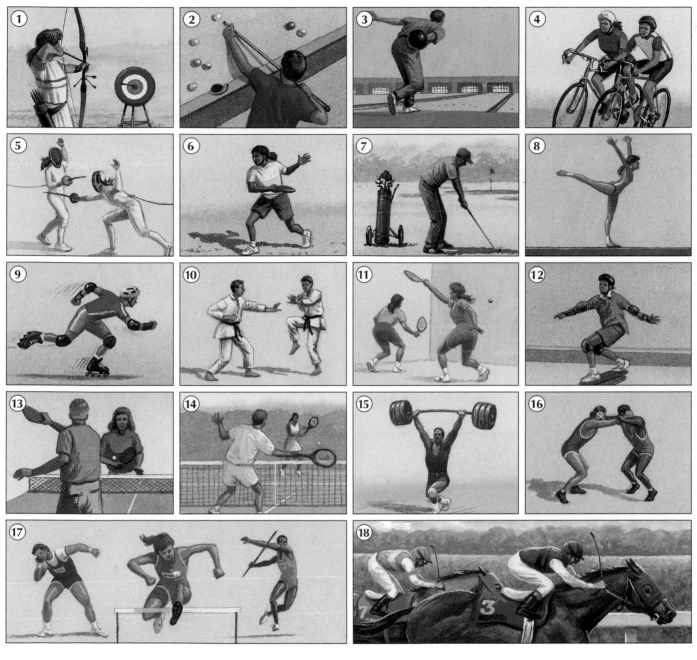

1. archery
   bắn cung

2. billiards/pool
   bi da

3. bowling
   đánh ki

4. cycling/biking
   đi xe đạp

5. fencing
   đánh kiếm

6. flying disc*
   ném đĩa bay

7. golf
   gôn

8. gymnastics
   thể dục

9. inline skating
   trượt pa-tanh

10. martial arts
    võ thuật

11. racquetball
    quần vợt sân tường

12. skateboarding
    trượt ván

13. table tennis/
    Ping-Pong™
    bóng bàn/ping-pong

14. tennis
    quần vợt

15. weightlifting
    nâng tạ, cử tạ

16. wrestling
    đô vật

17. track and field
    điền kinh

18. horse racing
    đua ngựa

*Note: one brand is Frisbee®
(Mattel, Inc.)

Talk about sports.

Which sports do you like?

   I like <u>tennis</u> but I don't like <u>golf</u>.

Share your answers.

1. Which sports are good for children to learn? Why?

2. Which sport is the most difficult to learn? Why?

3. Which sport is the most dangerous? Why?

Winter Sports and Water Sports

Các Môn Thể Thao Mùa Đông Và Các Môn Thể Thao Dưới Nước

1. downhill skiing
trượt tuyết xuống dốc

2. snowboarding
trượt ván trên tuyết

3. cross-country skiing
trượt tuyết băng đồng

4. ice skating
trượt băng

5. figure skating
trượt băng nghệ thuật

6. sledding
chơi xe trượt tuyết

7. waterskiing
trượt ván nước

8. sailing
đi thuyền buồm

9. surfing
trượt ván lướt sóng

10. sailboarding
trượt ván có buồm

11. snorkeling
lặn có ống thông hơi

12. scuba diving
lặn có bình dưỡng khí

Use the new language.
Look at **The Beach,** page 155.
Name the sports you see.

Share your answers.
1. Which sports are in the Winter Olympics?
2. Which sports do you think are the most exciting
to watch?

1. golf club
câu lạc bộ chơi gôn

2. tennis racket
vợt chơi quần
vợt, vợt ten-nít

3. volleyball
bóng chuyền

4. basketball
bóng rổ

5. bowling ball
quả cầu để chơi ki

6. bow
cung

7. arrow
tên

8. target
đích

9. ice skates
giầy trượt băng

10. inline skates
giầy trượt pa-tanh

11. hockey stick
gậy chơi khúc côn cầu

12. soccer ball
quả bóng đá

13. shin guards
tấm bảo vệ ống chân

14. baseball bat
chày (chơi bóng chày)

15. catcher's mask
mặt nạ của người
bắt bóng

16. uniform
đồng phục

17. glove
găng tay

18. baseball
bóng chày

19. weights
tạ

20. football helmet
mũ chơi bóng đá Mỹ,
mũ an toàn

21. shoulder pads
đệm lót vai

22. football
bóng đá Mỹ

23. snowboard
ván trượt tuyết

24. skis
ván trượt tuyết, ski

25. ski poles
gậy trượt tuyết

26. ski boots
giầy trượt tuyết

27. flying disc*
đĩa bay

*Note: one brand is Frisbee®
(Mattel, Inc.)

Share your answers.

1. Which sports equipment is used for safety reasons?

2. Which sports equipment is heavy?

3. What sports equipment do you have at home?

Use the new language.

Look at **Individual Sports,** page **159.**

Name the sports equipment you see.

A. collect things
sưu tập đồ vật

B. play games
chơi trò chơi

C. build models
dựng (lắp) mô hình

D. do crafts
làm thủ công

1. video game system
trò chơi video

2. cartridge
băng video

3. board game
chơi cờ

4. dice
súc sắc

5. checkers
cờ đam

6. chess
cờ

7. model kit
bộ mô hình

8. glue
keo, hồ

9. acrylic paint
sơn acrylic

10. figurine
tượng người nhỏ

11. baseball card
thẻ bóng chày để sưu tập

12. stamp collection
sưu tập tem

13. coin collection
sưu tập tiền xu

14. clay
đất sét

15. doll making kit
bộ làm búp bê

16. woodworking kit
bộ làm đồ gỗ

Talk about how much time you spend on your hobbies.

I *do crafts* all the time.

I *play chess* sometimes.

I never *build models*.

Share your answers.

1. How often do you play video games? Often? Sometimes? Never?

2. What board games do you know?

3. Do you collect anything? What?

E. **paint**	F. **knit**	G. **pretend**	H. **play** cards
sơn	đan	giả vờ	chơi bài

17. yarn len	**21.** easel giá, khung	**25.** watercolor màu nước	**29.** hearts bộ bài hình quả tim
18. knitting needles kim đan	**22.** canvas vải bạt, vải thô để sơn vẽ	**26.** clubs bộ bài hình con nhép	**30.** paper doll búp bê bằng giấy
19. embroidery thêu	**23.** paintbrush chổi sơn	**27.** diamonds bộ bài hình quả trám	**31.** action figure những nhân vật anh hùng
20. crochet móc đan	**24.** oil paint sơn dầu	**28.** spades bộ bài hình con bích	**32.** model trains xe lửa mẫu nhỏ

Share your answers.

1. Do you like to play cards? Which games?

2. Did you pretend a lot when you were a child? What did you pretend to be?

3. Is it important to have hobbies? Why or why not?

4. What's your favorite game?

5. What's your hobby?

1. **clock radio**
   rađiô có đồng hồ

2. **portable radio-cassette player**
   rađiô cát-xét xách tay

3. **cassette recorder**
   máy ghi âm cát xét

4. **microphone**
   máy vi âm

5. **shortwave radio**
   rađiô sóng ngắn

6. **TV (television)**
   ti-vi, vô tuyến truyền hình

7. **portable TV**
   ti-vi xách tay

8. **VCR (videocassette recorder)**
   máy thâu hình VCR

9. **remote control**
   bộ phận điều khiển từ xa

10. **videocassette**
    cát xét video, băng hình video

11. **speakers**
    loa

12. **turntable**
    máy quay đĩa / máy hát

13. **tuner**
    bộ phận chọn tín hiệu,
    máy thu thanh

14. **CD player**
    máy chơi đĩa com-pắc

15. **personal radio-cassette player**
    máy rađiô cát-xét cá nhân

16. **headphones**
    ống nghe

17. **adapter**
    thiết bị tiếp hợp

18. **plug**
    phích cắm / cái cắm điện

19. video camera
    máy quay video

20. tripod
    chân máy ảnh ba càng

21. camcorder
    máy quay phim / kem-cô-đơ

22. battery pack
    bộ pin

23. battery charger
    bộ sạc pin

24. 35 mm camera
    máy ảnh 35 milimét

25. zoom lens
    ống kính zoom

26. film
    phim

27. camera case
    bao máy ảnh

28. screen
    màn ảnh

29. carousel slide projector
    máy chiếu phim dương bản quay tròn

30. slide tray
    khay đựng phim dương bản để trình chiếu

31. slides
    phim đèn chiếu / phim dương bản / slides

32. photo album
    an-bum ảnh / sách trưng hình

33. out of focus
    không nét, không rõ, mờ nhòa

34. overexposed
    dư ánh sáng

35. underexposed
    thiếu ánh sáng

A. **record**
   ghi

B. **play**
   chơi

C. **fast forward**
   quay băng nhanh về phiá trước

D. **rewind**
   quay băng trở lại

E. **pause**
   tạm ngừng băng

F. **stop** and **eject**
   ngừng, đẩy băng ra khơi máy

Types of entertainment   Các loại giải trí

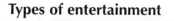

1. film/movie
phim/xinê/chớp bóng

2. play
kịch

3. television program
chương trình tivi

4. radio program
chương trình rađiô/phát thanh

5. stand-up comedy
đứng diễn hài hước

6. concert
hòa nhạc

7. ballet
vũ ba-lê

8. opera
nhạc kịch/ôpêra

Types of stories   Các loại truyện

9. western
truyện cao bồi

10. comedy
hài kịch

11. tragedy
thảm kịch

12. science fiction story
một truyện khoa học giả tưởng

13. action story/
adventure story
một truyện phiêu lưu
mạo hiểm

14. horror story
một truyện rùng rợn

15. mystery
một truyện bí hiểm

16. romance
một truyện tình

Types of TV programs   **Các loại chương trình ti-vi**

17. news
tin tức

18. sitcom (situation comedy)
màn hài hước có tình huống

19. cartoon
hoạt hình / phim hoạt họa

20. talk show
mạn đàm

21. soap opera
bi kịch nhiều kỳ trên đài ti-vi

22. nature program
chương trình thiên nhiên

23. game show / quiz show
chương trình trò chơi và đố vui

24. children's program
chương trình cho trẻ em

25. shopping program
chương trình mua sắm

26. serious book
một quyển sách **đứng đắn**

27. funny book
một quyển sách **vui**

28. sad book
một quyển sách **buồn**

29. boring book
một quyển sách đọc rất **chán**

30. interesting book
một quyển sách **hay**

167

1. New Year's Day
   Ngày đầu năm dương lịch, Tết tây

2. parade
   cuộc diễu hành

3. confetti
   công-fét-ti

4. Valentine's Day
   Ngày Valentine, ngày lễ Tình Yêu

5. card
   thiệp

6. heart
   quả tim, trái tim

7. Independence Day / 4th of July
   Ngày Độc Lập / mồng 4 tháng 7

8. fireworks
   pháo bông

9. flag
   cờ

10. Halloween
    ngày Halloween, ngày Ha-lô-uyn

11. jack-o'-lantern
    đèn quả bí

12. mask
    mặt nạ

13. costume
    y phục hóa trang

14. candy
    kẹo

15. Thanksgiving
    lễ Tạ Ơn

16. feast
    bữa tiệc

17. turkey
    gà tây

18. Christmas
    lễ Giáng Sinh

19. ornament
    đồ trang hoàng

20. Christmas tree
    cây Giáng Sinh

A. **plan** a party
tổ chức một buổi liên hoan

B. **invite** the guests
mời khách

C. **decorate** the house
trang hoàng nhà cửa

D. **wrap** a gift
gói quà

E. **hide**
giấu

F. **answer** the door
ra mở cửa

G. **shout** "surprise!"
la to "bất ngờ !"

H. **light** the candles
thắp nến

I. **sing** "Happy Birthday"
hát bài "Chúc Mừng Sinh Nhật"

J. **make** a wish
ước mơ

K. **blow out** the candles
thổi tắt nến

L. **open** the presents
mở các gói quà

Practice inviting friends to a party.

I'd love for you to come to my party next week.

Could you and your friend come to my party?

Would your friend like to come to a party I'm giving?

Share your answers.

1. Do you celebrate birthdays? What do you do?

2. Are there birthdays you celebrate in a special way?

3. Is there a special birthday song in your country?

Verb Guide

Verbs in English are either regular or irregular in the past tense and past participle forms.

Regular Verbs

The regular verbs below are marked 1, 2, 3, or 4 according to four different spelling patterns. (See page 172 for the **irregular verbs** which do not follow any of these patterns.)

Spelling Patterns for the Past and the Past Participle	*Example*		
1. Add **-ed** to the end of the verb.	**ASK**	→	**ASKED**
2. Add **-d** to the end of the verb.	**LIVE**	→	**LIVED**
3. Double the final consonant and add **-ed** to the end of the verb.	**DROP**	→	**DROPPED**
4. Drop the final y and add **-ied** to the end of the verb.	**CRY**	→	**CRIED**

The Oxford Picture Dictionary List of Regular Verbs

act (1)
add (1)
address (1)
answer (1)
apologize (2)
appear (1)
applaud (1)
arrange (2)
arrest (1)
arrive (2)
ask (1)
assemble (2)
assist (1)
bake (2)
barbecue (2)
bathe (2)
board (1)
boil (1)
borrow (1)
bounce (2)
brainstorm (1)
breathe (2)
broil (1)
brush (1)
burn (1)
call (1)
carry (4)
change (2)
check (1)
choke (2)
chop (3)
circle (2)
claim (1)
clap (3)
clean (1)
clear (1)
climb (1)
close (2)
collate (2)

collect (1)
color (1)
comb (1)
commit (3)
compliment (1)
conserve (2)
convert (1)
cook (1)
copy (4)
correct (1)
cough (1)
count (1)
cross (1)
cry (4)
dance (2)
design (1)
deposit (1)
deliver (1)
dial (1)
dictate (2)
die (2)
discuss (1)
dive (2)
dress (1)
dribble (2)
drill (1)
drop (3)
drown (1)
dry (4)
dust (1)
dye (2)
edit (1)
eject (1)
empty (4)
end (1)
enter (1)
erase (2)
examine (2)
exchange (2)

exercise (2)
experience (2)
exterminate (2)
fasten (1)
fax (1)
file (2)
fill (1)
finish (1)
fix (1)
floss (1)
fold (1)
fry (4)
gargle (2)
graduate (2)
grate (2)
grease (2)
greet (1)
grill (1)
hail (1)
hammer (1)
harvest (1)
help (1)
hire (2)
hug (3)
immigrate (2)
inquire (2)
insert (1)
introduce (2)
invite (2)
iron (1)
jog (3)
join (1)
jump (1)
kick (1)
kiss (1)
knit (3)
land (1)
laugh (1)
learn (1)

lengthen (1)
listen (1)
live (2)
load (1)
lock (1)
look (1)
mail (1)
manufacture (2)
mark (1)
match (1)
measure (2)
milk (1)
miss (1)
mix (1)
mop (3)
move (2)
mow (1)
need (1)
nurse (2)
obey (1)
observe (2)
open (1)
operate (2)
order (1)
overdose (2)
paint (1)
park (1)
pass (1)
pause (2)
peel (1)
perm (1)
pick (1)
pitch (1)
plan (3)
plant (1)
play (1)
point (1)
polish (1)
pour (1)
pretend (1)
print (1)
protect (1)

pull (1)
push (1)
race (2)
raise (2)
rake (2)
receive (2)
record (1)
recycle (2)
register (1)
relax (1)
remove (2)
rent (1)
repair (1)
repeat (1)
report (1)
request (1)
return (1)
rinse (2)
roast (1)
rock (1)
sauté (2)
save (2)
scrub (3)
seat (1)
sentence (2)
serve (2)
share (2)
shave (2)
ship (3)
shop (3)
shorten (1)
shout (1)
sign (1)
simmer (1)
skate (2)
ski (1)
slice (2)
smell (1)
sneeze (2)
sort (1)
spell (1)
staple (2)

start (1)
stay (1)
steam (1)
stir (3)
stir-fry (4)
stop (3)
stow (1)
stretch (1)
supervise (2)
swallow (1)
tackle (2)
talk (1)
taste (2)
thank (1)
tie (2)
touch (1)
transcribe (2)
transfer (3)
travel (1)
trim (3)
turn (1)
type (2)
underline (2)
unload (1)
unpack (1)
use (2)
vacuum (1)
vomit (1)
vote (2)
wait (1)
walk (1)
wash (1)
watch (1)
water (1)
weed (1)
weigh (1)
wipe (2)
work (1)
wrap (3)
yield (1)

Verb Guide

Irregular Verbs

These verbs have irregular endings in the past and/or the past participle.

The Oxford Picture Dictionary List of Irregular Verbs

simple	past	past participle	simple	past	past participle
be	was	been	leave	left	left
beat	beat	beaten	lend	lent	lent
become	became	become	let	let	let
begin	began	begun	light	lit	lit
bend	bent	bent	make	made	made
bleed	bled	bled	pay	paid	paid
blow	blew	blown	picnic	picnicked	picnicked
break	broke	broken	put	put	put
build	built	built	read	read	read
buy	bought	bought	rewind	rewound	rewound
catch	caught	caught	rewrite	rewrote	rewritten
come	came	come	ride	rode	ridden
cut	cut	cut	run	ran	run
do	did	done	say	said	said
draw	drew	drawn	see	saw	seen
drink	drank	drunk	sell	sold	sold
drive	drove	driven	send	sent	sent
eat	ate	eaten	set	set	set
fall	fell	fallen	sew	sewed	sewn
feed	fed	fed	shoot	shot	shot
feel	felt	felt	sing	sang	sung
find	found	found	sit	sat	sat
fly	flew	flown	speak	spoke	spoken
get	got	gotten	stand	stood	stood
give	gave	given	sweep	swept	swept
go	went	gone	swim	swam	swum
hang	hung	hung	swing	swung	swung
have	had	had	take	took	taken
hear	heard	heard	teach	taught	taught
hide	hid	hidden	throw	threw	thrown
hit	hit	hit	wake	woke	woken
hold	held	held	wear	wore	worn
keep	kept	kept	withdraw	withdrew	withdrawn
lay	laid	laid	write	wrote	written

Index

Two numbers are shown after words in the index: the first refers to the page where the word is illustrated and the second refers to the item number of the word on that page. For example, cool [ko͞ol] **10**-3 means that the word *cool* is item number 3 on page 10. If only the bold page number appears, then that word is part of the unit title or subtitle, or is found somewhere else on the page. A bold number followed by ✦ means the word can be found in the exercise space at the bottom of that page.

Words or combinations of words that appear in **bold** type are used as verbs or verb phrases. Words used as other parts of speech are shown in ordinary type. So, for example, **file** (in bold type) is the verb *file*, while file (in ordinary type) is the noun *file*. Words or phrases in small capital letters (for example, HOLIDAYS) form unit titles.

Phrases and other words that form combinations with an individual word entry are often listed underneath it. Rather than repeating the word each time it occurs in combination with what is listed under it, the word is replaced by three dots (...), called an ellipsis. For example, under the word *bus*, you will find ...driver and ...stop meaning *bus driver* and *bus stop*. Under the word *store* you will find shoe... and toy..., meaning *shoe store* and *toy store*.

Pronunciation Guide

The index includes a pronunciation guide for all the words and phrases illustrated in the book. This guide uses symbols commonly found in dictionaries for native speakers. These symbols, unlike those used in pronunciation systems such as the International Phonetic Alphabet, tend to use English spelling patterns and so should help you to become more aware of the connections between written English and spoken English.

Consonants

[b] as in back [băk]	[k] as in key [kē]	[sh] as in shoe [sho͞o]
[ch] as in cheek [chēk]	[l] as in leaf [lēf]	[t] as in tape [tāp]
[d] as in date [dāt]	[m] as in match [măch]	[th] as in three [thrē]
[dh] as in this [dhĭs]	[n] as in neck [něk]	[v] as in vine [vīn]
[f] as in face [fās]	[ng] as in ring [rĭng]	[w] as in wait [wāt]
[g] as in gas [găs]	[p] as in park [pärk]	[y] as in yams [yămz]
[h] as in half [hăf]	[r] as in rice [rīs]	[z] as in zoo [zo͞o]
[j] as in jam [jăm]	[s] as in sand [sănd]	[zh] as in measure [mězh/ər]

Vowels

[ā] as in bake [bāk]	[ĭ] as in lip [lĭp]	[ow] as in cow [kow]
[ă] as in back [băk]	[ï] as in near [nïr]	[oy] as in boy [boy]
[ä] as in car [kär] or box [bäks]	[ō] as in cold [kōld]	[ŭ] as in cut [kŭt]
[ē] as in beat [bēt]	[ö] as in short [shört]	[ü] as in curb [kürb]
[ĕ] as in bed [běd]	or claw [klö]	[ə] as in above [ə bŭv/]
[ë] as in bear [bër]	[o͞o] as in cool [ko͞ol]	
[ī] as in line [līn]	[o͝o] as in cook [ko͝ok]	

All the pronunciation symbols used are alphabetical except for the schwa [ə]. The schwa is the most frequent vowel sound in English. If you use the schwa appropriately in unstressed syllables, your pronunciation will sound more natural.

Vowels before [r] are shown with the symbol [¨] to call attention to the special quality that vowels have before [r]. (Note that the symbols [ä] and [ö] are also used for vowels not followed by [r], as in *box* or *claw*.) You should listen carefully to native speakers to discover how these vowels actually sound.

Stress

This index follows the system for marking stress used in many dictionaries for native speakers.

1. Stress is not marked if a word consisting of a single syllable occurs by itself.

2. Where stress is marked, two levels are distinguished:

a bold accent [/] is placed after each syllable with primary (or strong) stress, a light accent [/] is placed after each syllable with secondary (or weaker) stress.

In phrases and other combinations of words, stress is indicated for each word as it would be pronounced within the whole phrase or other unit. If a word consisting of a single syllable is stressed in the combinations listed below it, the accent mark indicating the degree of stress it has in the phrases (primary or secondary) is shown in parentheses. A hyphen replaces any part of a word or phrase that is omitted. For example, bus [bŭs(/–)] shows that the word *bus* is said with primary stress in the combinations shown below it. The word ...driver [–drī/vər], listed under *bus*, shows that *driver* has secondary stress in the combination *bus driver*: [bŭs/ drī/vər].

Syllable Boundaries

Syllable boundaries are indicated by a single space or by a stress mark.

Note: The pronunciations shown in this index are based on patterns of American English. There has been no attempt to represent all of the varieties of American English. Students should listen to native speakers to hear how the language actually sounds in a particular region.

Index

Index

Index

Index

Index

Index

Index

Index

204

Geographical Index

Mongolia [mäng gō/lē ə] **124–125**
Montenegro [män/tə nē/grō, –nĕ/–] **124–125**
Morocco [mə räk/ō] **124–125**
Mozambique [mō/zəm bēk/] **124–125**
Myanmar [myän/mär] **124–125**
Namibia [nə mĭb/ē ə] **124–125**
Nauru [nä ōō/rōō] **124–125**
Nepal [nə pöl/, –päl/] **124–125**
Netherlands [nĕdh/ər ləndz] **124–125**
New Guinea [nōō/ gĭn/ē] **124–125**
New Zealand [nōō/ zē/lənd] **124–125**
Nicaragua [nĭk/ə rä/gwə] **122–125**
Niger [nī/jər, nē zhër/] **124–125**
Nigeria [nī jïr/ē ə] **124–125**
North Korea [nörth/ kə rē/ə] **124–125**
Norway [nör/wā] **124–125**
Oman [ō män/] **124–125**
Pakistan [păk/ə stän/] **124–125**
Palau [pə low/] **124–125**
Panama [păn/ə mä/] **122–125**
Papua New Guinea [păp/yōō ə nōō/ gĭn/ē] **124–125**
Paraguay [păr/ə gwī/, –gwä/] **124–125**
Peru [pə rōō/] **124–125**
Philippines [fĭl/ə pēnz/, fĭl/ə pēnz/] **124–125**
Poland [pō/lənd] **124–125**
Portugal [pör/chə gəl] **124–125**
Puerto Rico [pwër/tə rē/kō, pör/tə–] **122–125**
Qatar [kä/tär, kə tär/] **124–125**
Romania [rō mā/nē ə, rōō–] **124–125**
Russia [rŭsh/ə] **124–125**
Rwanda [rōō än/də] **124–125**
Saudi Arabia [sow/dē ə rā/bē ə, sö/dē–] **124–125**
Senegal [sĕn/ə göl/, –gäl/] **124–125**
Serbia [sür/bē ə] **124–125**
Seychelles [sā shĕlz/, –shĕl/] **124–125**
Sierra Leone [sē ër/ə lē ōn/, –lē ō/nē] **124–125**
Singapore [sĭng/ə pör/] **124–125**
Slovakia [slō vä/kē ə] **124–125**
Slovenia [slō vē/nē ə] **124–125**
Solomon Islands [säl/ə mən ī/ləndz] **124–125**
Somalia [sə mä/lē ə] **124–125**
South Africa [sowth/ ăf/rĭ kə] **124–125**
South Korea [sowth/ kə rē/ə] **124–125**
Spain [spān] **124–125**
Sri Lanka [srē/ läng/kə, shrē/–] **124–125**
Sudan [sōō dăn/] **124–125**
Sumatra [sōō mä/trə] **124–125**
Suriname [sōōr/ə nä/mə] **124–125**
Swaziland [swä/zē länd/] **124–125**
Sweden [swēd/n] **124–125**
Switzerland [swĭt/sər lənd] **124–125**
Syria [sïr/ē ə] **124–125**
Tahiti [tə hē/tē] **124–125**
Taiwan [tī/wän/] **124–125**
Tajikistan [tä jĭk/ə stän/, –stän/] **124–125**
Tanzania [tăn/zə nē/ə] **124–125**
Tasmania [tăz mā/nē ə] **124–125**
Thailand [tī/länd/, –lənd] **124–125**
The Gambia [dhə găm/bē ə] **124–125**
Togo [tō/gō] **124–125**
Tonga [täng/gə] **124–125**
Tunisia [tōō nē/zhə] **124–125**
Turkey [tür/kē] **124–125**
Turkmenistan [türk mĕn/ə stän/, –stän/] **124–125**
Uganda [yōō găn/də] **124–125**

Ukraine [yōō/krān, yōō krān/] **124–125**
United Arab Emirates [yōō nī/təd ăr/əb ĕm/ər əts] **124–125**
United Kingdom [yōō nī/təd kĭng/dəm] **124–125**
United States of America [yōō nī/təd stäts/ əv ə mĕr/ə kə] **122–125**
Uruguay [yōōr/ə gwī/, –gwä/] **124–125**
Uzbekistan [ōōz bĕk/ə stän/, –stän/] **124–125**
Venezuela [vĕn/ə zwā/lə] **124–125**
Vietnam [vē/ĕt näm/, –năm/] **124–125**
Western Sahara [wĕs/tərn sə hăr/ə] **124–125**
Western Samoa [wĕs/tərn sə mō/ə] **124–125**
Yemen [yĕm/ən] **124–125**
Zambia [zäm/bē ə] **124–125**
Zimbabwe [zĭm bäb/wā] **124–125**

Bodies of water

Arabian Sea [ə rā/bē ən sē/] **124–125**
Arctic Ocean [ärk/tĭk ō/shən] **122–125**
Baffin Bay [băf/ən bā/] **122–125**
Baltic Sea [böl/tĭk sē/] **124–125**
Barents Sea [băr/ənts sē/] **124–125**
Beaufort Sea [bō/fərt sē/] **122–125**
Bering Sea [bër/ĭng sē/, bïr/–] **122–125**
Black Sea [blăk/ sē/] **124–125**
Caribbean Sea [kăr/ə bē/ən sē/, kə rĭb/ē ən–] **122–125**
Caspian Sea [kăs/pē ən sē/] **124–125**
Coral Sea [kör/əl sē/] **124–125**
East China Sea [ēst/ chī/nə sē/] **124–125**
Greenland Sea [grēn/lənd sē/, –lănd/–] **124–125**
Gulf of Alaska [gŭlf/ əv ə lăs/kə] **122–125**
Gulf of California [gŭlf/ əv kăl/ə förn/yə] **122–125**
Gulf of Honduras [gŭlf/ əv hän dōōr/əs] **122–125**
Gulf of Mexico [gŭlf/ əv mĕk/sĭ kō/] **122–125**
Gulf of St. Lawrence [gŭlf/ əv sānt/ lör/əns, –lär/–] **122–125**
Hudson Bay [hŭd/sən bā/] **122–125**
Indian Ocean [ĭn/dē ən ō/shən] **124–125**
Labrador Sea [lăb/rə dör/ sē/] **122–125**
Mediterranean Sea [mĕd/ə tə rā/nē ən sē/] **124–125**
North Atlantic Ocean [nörth/ ət lăn/tĭk ō/shən] **122–125**
North Pacific Ocean [nörth/ pə sĭf/ĭk ō/shən] **122–125**
North Sea [nörth/ sē/] **124–125**
Norwegian Sea [nör wē/jən sē/] **124–125**
Persian Gulf [pür/zhən gŭlf/] **124–125**
Philippine Sea [fĭl/ə pēn/ sē/] **124–125**
Red Sea [rĕd/ sē/] **124–125**
Sea of Japan [sē/ əv jə păn/] **124–125**
Sea of Okhotsk [sē/ əv ō kätsk/] **124–125**
South Atlantic Ocean [sowth/ ət lăn/tĭk ō/shən] **124–125**
South China Sea [sowth/ chī/nə sē/] **124–125**
Southern Ocean [sŭdh/ərn ō/shən] **124–125**
South Pacific Ocean [sowth/ pə sĭf/ĭk ō/shən] **124–125**

The United States of America

Capital: Washington, D.C. (District Of Columbia)
[wä/shĭng tən dē/sē/, wö/–]

Regions of the United States

Mid-Atlantic States [mĭd/ət lăn/tĭk stāts/] **123–10**
Midwest [mĭd/wĕst/] **123–9**
New England [nōō/ ĭng/glənd] **123–11**
Pacific States [pə sĭf/ĭk stāts/] **123–7**
Rocky Mountain States [răk/ē mown/tn stāts/] **123–8**
South [sowth] **123–13**
Southeast [sowth/ēst/] **123–13**
Southwest [sowth/wĕst/] **123–12**
West Coast [wĕst/ kōst/] **123–7**

máy sưởi **108**–29
máy tăng độ ẩm **80**–2
máy thâu hình VCR **164**–8
máy thâu tiền đậu xe **91**–18
máy theo dõi dấu hiệu sống **87**–21
máy theo dõi trẻ nít **45**–9
máy thổi lá **39**–4
máy tính **142**–8
máy tính tiền **55**–18, **104**–21
máy trả lời điện thoại **9**–14
máy trộn **40**–25
máy vi âm **164**–4
máy vi tính **3**–15
máy xay **40**–12
máy xay rác **40**–5
Mài phó-mát **58**–J
màn ảnh **2**–2, **152**–12, **165**–28
màn cửa **42**–16, **44**–5
màn cửa mini **43**–11
màn cửa sổ **44**–6
màn hài hước có tình huống **167**–18
màn hình **144**–6
màu nước **163**–25
Màu Sắc **12**
mận **50**–8
mận khô **50**–26
mất nút **70**–25
mầu cam **12**–6
Mẫu Đơn Ghi Danh Học **4**
mạch máu **75**–43
mạn đàm **167**–20
măng tây **51**–24
mắt **74**–27
mắt cá chân **75**–61
mắt kém **22**–26
mắt kiếng **81**–35
mắt kiếng đeo tròng mắt **81**–36
mây-dô **60**–25
mây mù **10**–7
mẹ **24**–5
mẹ độc thân **25**–25
mẹ ghẻ **25**–31
mẹ vợ **24**–13
mèo **133**–9
mèo con **133**–10
mề **52**–23
mền **44**–12
mệt mỏi **31**–33
microfilm **98**–5
miếng lót giầy **68**–12
miếng xốp **47**–24
miệng **74**–22
Miền Bán-đảo Yucatan **123**–19
Miền Cao-nguyên Chiapas **123**–18
Miền Cao-nguyên Mễ-tây-cơ **123**–15
Miền Đồng-bằng Duyên-hải **123**–16
Miền Đông-nam **123**–13
miền Nam **123**–13
Miền Tây-bắc Thái-bình-dương **123**–14
miền Tây-duyên **123**–7
Miền Tây-nam **123**–12
Miền Thượng Du Phía Nam **123**–17
Miền Trung-tây **123**–9
mí mắt **74**–33
mì páts-ta **61**–15
mì spa-ghét-ti **54**–27

mô-đâm / bộ phận nối hệ thống máy điện toán **144**–11
Mô Tả Đồ Vật **11**
Mô Tả Tóc **23**
Mô-Tả Y-Phục **70–71**
môi **74**–30
môi son **77**–37
Mộc tinh **127**–5
mối **49**–22
mỗi ngày (hàng ngày) **18**–21
mỗi tuần ba lần **18**–24
mỗi tuần hai lần **18**–23
mỗi tuần một lần **18**–22
mồm **74**–22
môn kịch nghệ **121**–12
môn thể dục **121**–11
mông **74**–12
mồng 4 tháng 7 **168**–7
một **14**
một 1/4 tách đường vàng **57**–8
một 1/2 tách nho khô **57**–9
một bao bột **56**–19
một cân Anh thịt bò nướng **57**–12
một chai nước ngọt **56**–13
một cuộn khăn giấy **56**–23
một đô **20**–7
một đô-la bạc **20**–6
một ga-lông nước cốt táo **57**–5
một giống cá heo **131**–31
một giờ **16**–4
một giờ ba mươi **16**–10
một giờ ba mươi lăm **16**–11
một giờ bốn mươi **16**–12
một giờ bốn mươi lăm **16**–13
một giờ hai mươi **16**–8
một giờ hai mươi lăm **16**–9
một giờ mười **16**–6
một giờ mười lăm **16**–7
một giờ năm **16**–5
một giờ năm mươi **16**–14
một giờ năm mươi lăm **16**–15
một giờ rưỡi **16**–10
một gói bánh kúk-ki **56**–20
một hào **20**–3
một hộp đựng loại phó-mát mềm, có mầu trắng **56**–17
một hộp ngũ cốc **56**–18
một hộp trứng **56**–16
một loại bù loong **150**–33
một loại cuốc (backhoe) **149**–8
một lọ cốt trái cây **56**–14
một lon xúp **56**–15
một muỗng đường lớn **57**–7
một muỗng muối nhỏ **57**–6
một ngàn **14**
một ngàn lẻ một **14**
một nửa **15**–4, **106**–15
một ổ bánh mì **56**–22
một ống kem đánh răng **56**–24
một ounce nước **57**–1
một ounce phó-mát **57**–11
một phần ba **15**–3
một phần hai **15**–4
một phần tám **15**–1
một phần tư **15**–2
một pint gia-ua **57**–3

một quart sữa **57**–4
một quyển sách buồn **167**–28
một quyển sách đọc rất chán **167**–29
một quyển sách đứng đắn **167**–26
một quyển sách hay **167**–30
một quyển sách vui **167**–27
một tách bột **57**–10
một tách dầu **57**–2
một triệu **14**
một truyện bí hiểm **166**–15
một truyện khoa học giả tưởng **166**–12
một truyện phiêu lưu mạo hiểm **166**–13
một truyện rùng rợn **166**–14
một truyện tình **166**–16
một trăm **14**
một trăm đô **20**–12
một trăm lẻ một **14**
một trăm ngàn **14**
một trăm phần trăm **15**–11
một tỷ **14**
một xách sô-đa 6 lon **56**–21
một xu **20**–1
móc **150**–34
móc có lỗ tròn **150**–35
móc đan **163**–20
móc treo đồ **72**–11
món xà-lách của đầu bếp **61**–9
món xúp trong ngày **61**–10
móng **132**–4, **134**–17
móng chân **75**–64
móng tay **75**–58
mơ **50**–7
mở các gói quà **169**–L
Mở sách ra **2**–I
mở thùng **35**–E
mời khách **169**–B
mỏ **132**–1
mưa **10**–8
mưa acid **126**–11
mưa đá **10**–19
mười **14**
mười ba **14**
mười bảy **14**
mười bốn **14**
mười chín **14**
mười đô **20**–9
mười hai **14**
mười lăm **14**
mười một **14**
mười ngàn **14**
mười phần trăm **15**–7
mười sáu **14**
mười tám **14**
mười xu **20**–3
Mướn Apartment **28**–I, **35**
mướn luật sư **99**–B
mù **22**–26
mù-tạc **60**–24
mùi-soa **69**–42
mũ che tóc khi tắm **76**–1
mũ chơi bóng đá Mỹ, mũ an toàn **161**–20
mũ cứng **147**–19
mũ đội (đi trượt tuyết) **66**–10
mũ đội khi giải phẫu **87**–31
mũ lưỡi trai **66**–27

The Oxford Picture Dictionary is the complete reference to essential everyday vocabulary. The *Dictionary:*

- **Illustrates** over 3,700 words in full color, each defined in context.
- **Offers** 140 key topics targeted to meet the vocabulary needs of adults and young adults.
- **Features** topics grouped into 12 thematic areas, several with a vocational strand.
- **Includes** a variety of exercises on most pages.
- **Provides** an index with an easy-to-follow pronunciation guide to increase students' accuracy and fluency in using the new vocabulary.

The **Dictionary Cassette** contains all the words in the *Dictionary* recorded in clear, easy-to-repeat speech.

Bilingual Editions (Spanish, Chinese, Vietnamese, Russian, Korean, Japanese, Polish, Arabic, Brazilian Portuguese, Haitian, and Cambodian) present the second language in blue underneath the English word. A second-language index is provided at the back along with an English index.

The Oxford Picture Dictionary and its components form a comprehensive and flexible program for teaching everyday vocabulary as well as essential language for vocational and academic subject areas. It is ideal for use with multilevel classes.

The **Teacher's Book** includes the complete *Dictionary* plus easy-to-use lesson plans for the whole program. Listening activities are supported by a **Focused Listening Cassette.**

Beginning and **Intermediate Workbooks** in full color offer vocabulary reinforcement activities that correspond page for page to the *Dictionary*. They are ideal for independent use in the classroom or at home. A separate **Workbook Answer Key** provides the answers to both workbooks.

Classic Classroom Activities offers over 100 reproducible communicative practice activities and 768 picture cards based on the vocabulary of the *Dictionary*. Teacher's notes and step-by-step instructions are provided.

Full-color Overhead Transparencies are available for each page of the *Dictionary*.

Read All About It 1 and **2** provide high-interest reading selections drawn from authentic materials. The readings contextualize and expand upon dictionary vocabulary while encouraging critical thinking and problem solving.

The **Interactive CD-ROM** brings the words and illustrations of *The Oxford Picture Dictionary* to life with sound and animation. It can be used on its own or in conjunction with the *Dictionary*.

Oxford University Press
ISBN 0-19-435203-X

9 780194 352031